சிவாஜி கணேசனின்
மார்லன் பிராண்டோ உடனான ஓர் சமர்

ம. தொல்காப்பியன்

அறம் பதிப்பகம்

சிவாஜி கணேசனின் மார்லன் பிராண்டோ உடனான ஓர் சமர் *(கட்டுரைகள்)*

ம. தொல்காப்பியன்

அறம் பப்ளிகேஷனில்
முதல் பதிப்பு: ஜனவரி 2021

வெளியீடு:
அறம் பப்ளிகேஷன்
3/582, முல்லைத் தெரு,
கஸ்தூரிபாய் நகர், TNHB எதிரில்,
முள்ளிப்பட்டு கிராமம் & அஞ்சல்
ஆரணி வட்டம், திருவண்ணாமலை மாவட்டம் – 632316
தொடர்புக்கு: 9150724997
மின்னஞ்சல்: arampublication50@gmail.com

பக்கம்கள்: 80

ISBN: 978-81-950502-0-8

Sivaji ganesanen Marlan brando udanana oor samar (Essays)
Ma.Tholkapian ©

First Edition: January, 2021

Published by: Aram publication
Address:
No. 3/582, Mullai street,
Kasthuribai nagar, Mullipattu village & post
Arani Taluk - 632 316
Tiruvannamalai Dt, Tamil nadu

Contact Cell No: 9150724997
e-mail: arampublication50@gmail.com

Pages: 80

ISBN: 978-81-950502-0-8

தேவிகாவுக்கு...

முதல் பதிப்புக்கான முன்னுரை

'சிவாஜி கணேசனின் மார்லன் பிராண்டோ உடனான ஓர் சமர்' என்ற இந்தப் புத்தகம் மிக குறுகிய காலத்தில் உருவான ஒன்று. நடிகர் திலகம் சிவாஜி கணேசனுக்கு மணிமண்டபம் அமைப்பது குறித்து தமிழக அரசின் அறிவிப்பை ஒட்டி முக நூலிலும் அதற்கு வெளியேயும் பெருத்த ஆனால் காரசார உரையாடலை செவி சாய்க்க முடிந்தது இது குறித்த இளவல் திரு.மாதவன் உடனான எனது வழக்கமான தொலைபேசி உரையாடல் ஒன்றில் எனது கருத்துக்களை எடுத்து வைத்தபோது அவர் ஒரு வேண்டுகோளை முன் வைத்தார். மணிமண்டபம் தொடர்பான எனது கருத்துக்களை நான் எழுத்தில் பதிவு செய்ய வேண்டும் என்பதே அந்த வேண்டுகோள்.

உடனடியாக நான் செயலில் இறங்கி விட்டேன். ஒரு கட்டுரையாக அமைக்க வேண்டும் என்ற எனது விருப்பத்தையும் தாண்டி இது அதன் எல்லைக்கு அப்பாலும் சென்று விட்டது. இதை மாதவனிடம் விவரித்தபோது அது அவ்வாறே செல்லட்டும். நீங்கள் அதை சுருக்கிவிட வேண்டாம் என்று அறிவுறுத்தினார். இறுதியில் இஃது ஒரு சிறிய புத்தக வடிவில் உருபெற்று நின்றபோது இதை நீங்களே ஏன் பதிப்பிக்கக்கூடாது என்று நான் மாதவனிடம் கேட்டதும் ஆர்வமுடன் ஒப்புக்கொண்டார். இப்போது ஒரு புத்தகமாக உங்கள் கைகளை அடைந்திருக்கிறது.

இந்த புத்தகம் மணிமண்டபம் அமைப்பது தொடர்பான ஆய்வை முதன்மையாகக் கொண்டிருந்த போதிலும் இது

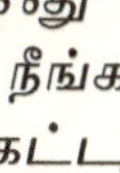

அதற்கு அப்பாலும் விரிந்து பரந்து செல்கிறது. நிகழ்த்துக் கலையின் ஆதார மூலத்தை ஆய்வு செய்கிறது. மனித உள்ளுணர்வின் மீது ஒரு புதிய வெளிச்சத்தைப் பாய்ச்சுகிறது.

கூத்து நாடகம் சினிமா என்ற கலையின் வளர்ச்சிப் போக்கில் விளைந்த சமூக ஆக்கங்களை நினைவு கூறுவதன் மூலம் .நமது சமூக மன நிலையின் மீது ஒரு தாக்கத்தை ஏற்படுத்த இந்த கையேடு முயல்வதை வாசகர் எளிதில் அறிவார். 'மானுட கலை வரலாற்று அறிமுகம்' என்ற வகையில் இஃது ஓர் பயனுள்ள புத்தகம் என்பதே எனது கருத்து.

இந்த சிறிய புத்தகம் வெளிவருவதில் காட்டப்பட்ட முயற்சிக்கும் உழைப்புக்கும் திரு.மாதவனுக்கு எனது அன்பும் வாழ்த்துக்களும், நன்றியும்!!!

ம. தொல்காப்பியன்
சென்னை.

இரண்டாம் பதிப்புக்கான முன்னுரை

'சிவாஜிகணேசனின் மார்லன் பிராண்டோ உடனான ஓர் சமர்' என்ற இந்த புத்தகம் கடந்த 2015ஆம் ஆண்டு அக்டோபர் மாதம் ஒன்றாம் தேதி, அதாவது நடிகர் திலகம் சிவாஜி கணேசன் அவர்களின் பிறந்த நாள் அன்று, தஞ்சாவூரில் அமைந்து உள்ள சிவாஜியின் சிலை அருகே வைத்து வெளி யிட்டோம்.

500 பிரதிகள் அச்சிடப்பட்ட இந்த புத்தகம் முறையாக மக்களைச் சென்று சேரவில்லை என்ற கவலை எனக்குள் இருந்து வந்தது. புத்தக வடிவமைப்பிலும் சரி அதன் உள்ளடக்கத்திலும் சரி எனக்கு போதுமான நிறைவு இருக்கவில்லை. மேலும் நிறைய எழுத்துப் பிழைகளும் சொற்சேர்வுளும் இதில் இருந்தன.

எனது முதல் புத்தகம் இத்தனை கவனக் குறைவோடு வெளி வந்தது குறித்த உறுத்தல் எனக்கு இருந்து வந்தது. அதனால் நான் இந்த புத்தகம் எழுதுவது பற்றி அக்கறை இல்லாமல் இருந்து வந்தேன். இதன் இடையில் எனது இரண்டாவது புத்தகமாகிய 'திறனாய்வுப் பார்வையில் ரஜினிகாந்த்' என்ற புத்தகமும் இதே குறைபாடுகளுடன் வெளி வந்து எனக்கு மேலும் மனச் சோர்வை கொடுத்தது. நான் புத்தகம் எழுதுவதையே தள்ளி போட்டு வந்தேன்.

இந்த நிலையில் எனது நண்பரும், எழுத்தாளரும், பௌத்த

நெறியாளரும், பதிப்பாளரும் ஆகிய திரு.அமரேசன் இந்த புத்தகத்தை பதிப்பிக்க தனது ஆர்வத்தை வெளிப்படுத்தி வந்தார். ஒரு கட்டத்தில் நான் அதற்கு ஒப்புக் கொண்டேன். நான் எனது மனச் சோர்வில் இருந்து வெளிப்படவும் எனது எழுத்துப் பணியை மீண்டும் தொடரவும் இது ஒரு வாய்ப்பாக அமையும் என்றும் கருதினேன். எனது இந்த கருத்தை உண்மையாக்கும் வகையில் திரு.அமரேசன் இந்த புத்தக வடிவமைப்பில் ஆர்வம் காட்டி என்னை மகிழ்வித்தார். இப்போது இந்த புத்தகம் உருவாகி வந்திருக்கிறது.

இந்த புத்தகதால் நான் அடைந்த நன்மை கொஞ்ச நஞ் சமல்ல. மாபெரும் நடிகர் அண்ணன் திரு.சிவகுமார் அவர்களோடு என்னை நெருங்க வைத்தது இந்த புத்தகம்தான். நான் அவருடைய அன்புத் தம்பிகளுள் ஒருவன் ஆனேன்.

இந்த புத்தகத்தை படித்து விட்டு அண்ணன் சிவகுமார் அவர்கள் எனக்கு போன் செய்தார். "ஏய் யாருப்பா நீ? எங்கருந்தே நீ இவ்வளவு நாளா...?" என்று தொடங்கி சுமார் இருபத்தி ஐந்து நிமிடங்கள் பேசினார்.

அவர் சொன்னார்,

"அந்த மனுஷன்(நடிகர்திலகம்) உயிரோட இருக்கும்போதே இந்த புத்தகம் வந்திருக்க கூடாதா? இதப் படிச்சிருந்தா அவரு எவ்வளவு சந்தோஷப் பட்டிருப்பாரு!"

எத்தனை பெரிய பாராட்டு இது! இதை விடவும் ஒரு எழுத்தாளனுக்கு வேறு என்ன விருது வேண்டும்!

மேலும், தமிழகத்தின் பல்வெறு எழுத்து ஆளுமைகள் இடையே ஒரு நல்ல பெயரையும் குறிப்பாக எழுத்தாளன் என்ற தகுதியையும் இந்தப் புத்தகம் எனக்கு பெற்றுத் தந்தது.

இந்தப் புத்தகம்தான் என்னை தொலைக்காட்சி விவாதங்களில் பங்கேற்கவும் எனது கருத்துக்களை பகிரவும் ஆன ஒரு வாய்ப்பை கொடுத்தது. இதன் மூலம் முக்கியமான ஆளுமைகளின் கவனத்தை நான் பெற முடிந்தது.

இத்தகைய மிக முக்கியமான இந்த புத்தகம் திரு.அமரேசன்

அவர்களின் முயற்சியால் அவரது 'அறம்' பதிப்பகத்தின் மூலம் வெளி வருவது எனக்கு மிகுந்த மகிழ்ச்சியையும் மன நிறைவையும் அளிக்கிறது. திரு.அமரேசன் அவர்களுக்கு எனது நன்றியும் மகிழ்ச்சியும்!

ம.தொல்காப்பியன்

சென்னை

12.12.2020

பதிப்புரை

அன்புநிறை நண்பர் தொல்காப்பியன் அவர்கள், நண்பர்கள் திரு. வனம் கலைமணி வழியாக எனக்கு அறிமுகமானவர், இடையில் இவர் இயக்குனர் களஞ்சியம் அவர்களின் ஊர்காரர் என்ற செய்தியும் என்னை இவர்பால் ஈர்த்தது. மேலும் அவரது உரையாடல்களும், எழுத்துக்களும் என்னை வசிகரித்தது என்பது நிதர்சனமான உண்மை.

அவர் எழுதி முகநூல் மற்றும் புலனத்தில் வெளி யிடுகின்ற அனைத்துச் தகவல்களையும் படித்தீர்களா என மிக ஆர்வத்துடன் கேட்பார். அந்த ஆர்வம் எனக்கு மிகப் பிடித்தமான ஒன்று. ஏனெனில் நானும் அத்தகைய ஆர்வமுடைய ஒரு நபர் என்பதாலோ என்னவோ அவர்பால் நெருக்கமான அன்பை உணர்ந்தேன். சினிமா குறித்தான அவரின் காட்சி இலக்கியம் என்னும் கருதுகோள் என்னை ஆழ யோசிக்க வைத்த ஒன்றாகும்.

பாரதியாரின் ரௌத்திரம் பழகு என்பதற்கு உதாரணமானவர். யார் தவறு செய்திருந்தாலும் நீங்கள் செய்தது தவறு என்று சொல்லுபவர். எதிரில் இருப்பவர் தன் தவற்றை ஒப்புக்கொள்ளும் வரை ஓயாதவர். இப்படிப்பட்ட நபரின் புத்தகம் ஒன்று முதலில் என்னிடம் அச்சுக்கு வந்து சில காரணங்களால் தவறிப்போனது. இருந்தும் அவரின் சிவாஜிகணேசனின் மார்லன் பிராண்டோவுடனான சமர் என்னும் புத்தகத்தை குறித்து கேள்விப் பட்டதும் வியந்துபோய் பலமுறை கேட்டபிறகு இறுதியாக தனது சம்மதத்தை தந்தார்.

படித்ததும் வியந்தேன். சிவாஜி கணேசன் அவர்களின்

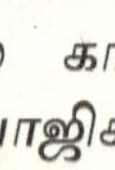

நடிப்பை குறித்து இத்தகைய ஒரு விமர்சனம் இதுவரைக்கும் யாருக்கும் தோனாத கோணமாக இருந்ததால் மிகவும் வியந்தேன். நிச்சயமாக இந்த புத்தகம் சிவாஜி ரசிகர்களை மட்டும் அல்ல அனைத்து தரப்புக்கும் போய் சேரவேண்டிய புத்தகம் என்பதில் மாற்றுக்கருத்து இல்லை.

இந்த புத்தகத்தை வெளியிடுவதில் அறம் பதிப்பகம் பெருமை கொள்கின்றது. மேலும் இந்த புத்தகத்தை மெய்ப்பு திருத்தி உதவிய. பேரா. அன்பு அவர்களுக்கும், அட்டைப்படம் மற்றும் புத்தகத்தை சிறப்பாக வடிவமைத்து கொடுத்த அன்புநிறைத் தோழர் ஜீ. முருகன் அவர்களுக்கும். அறம் பதிப்பகத்தின் அனைத்து பணிகளிலும் தன்னை ஈடுபடுத்திக்கொண்டு, எல்லா வகையிலும் எனக்கு உதவியாக இருக்கும் அன்பு மகன். அ.கௌ. கதிரேசன் அவர்களுக்கும் நெஞ்சார்ந்த நன்றி.

மா. அமரேசன்.

அறம் பதிப்பகத்துக்காக,

12.12.2020

சிவாஜி கணேசனின் மார்லன் பிராண்டோ உடனான ஒரு சமர்

நடிகர் திலகம் சிவாஜி கணேசனைக் கௌரவப் படுத்தும் வகையில் தமிழக அரசு அவருக்கு மணி மண்டபம் கட்டும் அறிவிப்பை வெளியிட்டது முதல் முகநூல் உலகில் தீப்பற்றி எரிவதைப் பார்க்கிறேன்.

சில விமர்சனங்கள்

பெரும்பாண்மையான இளைஞர்களின் பதிவுகள் மக்கள் பணத்தின் மீதான அவர்களின் அக்கரையை வெளிப்படுத்துகிறது.

“சிவாஜி குடும்பத்தினரே அவர்களின் சொந்தச் செலவில் மணி மண்டபம் வைக்கட்டுமே. அவர்களின் சாந்தி தியேட்டர் ஒரு நவீன ‘மாலாக’ மாறும் அளவுக்குப் பெரும் பணக்காரர்களான அவர்களின் தந்தைக்காக மக்கள் வரிப்பணத்தை ஏன் வீணடிக்க வேண்டும்?”

“நாட்டில் ஆற்றவேண்டிய எத்தனையோ கடமைகள்

இருக்கும்போது போயும் போயும் ஒரு சினிமா நடிகனுக்கு மணி மண்டபம் கட்டுவதா?''

"ஒரு கூத்தாடிக்கு மணி மண்டபம் கட்டுவது அவ்வளவு முக்கியமான வேலையா?''

சிலர் அரசுக்கு அறிவுரை வழங்குவதைக் காணலாம். "இந்த மணி மண்டபம் கட்டுவதால் யாருக்கு என்ன லாபம்? அந்தப் பணத்தைக்கொண்டு மக்களுக்கு ஏதேனும் நலத் திட்டங்களை செயல்படுத்தலாமே'' என்பது அவர்கள் வாதம்.

"சிவாஜி ஒருவர்தான் நடிகரா? எம்.ஆர்.ராதா இல்லையா? சந்திரபாபு, பாலையா நம்பியார், நாகேஷ், எஸ்.எஸ்.ஆர், தேவிகா, பானுமதி, கே.ஆர்.விஜயா இன்னும் எத்தனை எத்தனையோ நடிகர்கள் இருக்கும்போது சிவாஜிக்கு மட்டும் ஏன் மணிமண்டபம் அமைக்க வேண்டும்? ஒவ்வொருவருக்கும் மண்டபம் எழுப்பினால் நாட்டில் இடமே போதாதே!''

சிலர் பெருந்தன்மையோடும் பேசுவதைக் காண்கிறேன். அவர்கள் இப்படி எழுதுகிறார்கள், "சிவாஜியின் நடிப்பைப்பற்றி எந்தக் குறைபாடும் விமர்சனமும் நமக்கு இல்லை. அவருக்கு மணிமண்டபம் எழுப்ப மக்கள் பணத்தை செலவிடுவது குறித்துத்தான் நமது கேள்வி''.

நண்பர் ஒருவர் இன்னும் ஒருபடி மேலே சென்று எழுதுகிறார். "சிறந்த நடிப்பு என்றால் என்ன? அதற்கு என்ன வரையறை? சிவாஜியின் நடிப்பை சிறந்தது என்று எதை வைத்து அளவிடுவது? நல்ல நடிகர் என்பது ஓர் அபிப்பிராயம்தானே! ஒருவருக்கு நல்ல நடிகராகப் படுபவர் மற்றொருவருக்கு மோசமான நடிகராகப் படுவதற்கு வாய்ப்புகள் இருக்கிறதே! பிறகு எப்படி ஒருவரை சிறந்த நடிகர் என்று முடிவு செய்ய முடியும்?'' என்று அவரது வாதத்தை முன் வைக்கிறார். இங்கு ஒரு விமர்சகனின் முக்கியத்துவம் உணரப்படுவதை சமூகம் பார்க்கிறது. இங்குதான் ஒரு விமர்சகனின் வேலை தொடங்கவும் செய்கிறது.

மிகச் சிலரைத் தவிர ஏனையோரின் கருத்து அரசின் நிலைப் பாட்டுக்கு எதிராகவே இருப்பதைக் காணலாம்.

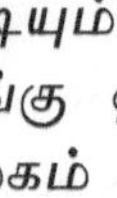

சில கேள்விகள்

உண்மையில் இதில் அடங்கி இருக்கும் அரசியல் என்ன? ஒரு நடிகருக்கு மணி மண்டபம் எழுப்புவது தேவையற்ற ஒன்றா? அதனால், ஒரு தனி நபரோ அல்லது ஒரு சமூகமோ அடையவிருக்கிற நன்மை என்ன? இதில் எந்த ஒரு சமூக பயனும் அடங்கி இருக்கவில்லையா?

ஒரு தனி மனிதனின் வாழ்க்கையில் சினிமா பெறக் கூடிய இடம் என்ன?

இருபது மைல் முப்பது மைல் தூரத்துக்குக் கால் நடையாகவும் வண்டிக் கட்டிக் கொண்டும் அணி அணியாக ஊரே திரண்டு கூத்துப் பார்க்கவும் பிறகு சினிமா கொட்டகைக்கும் ஓட வேண்டி இருந்ததன் ரகசியம் என்ன?

சிவாஜி என்ற நடிகனுக்கும் ஒரு தனிமனிதனுக்கும் உள்ள தொடர்பு என்ன? சிவாஜி எப்படி? எப்படி ஒரு தனி நபருக்கு அறிமுகம் ஆகிறார்? சினிமா மூலம்தான் என்றால், அந்த சினிமாவின் ஆதார மூலம் என்ன?

விமர்சகன் இந்த இக்கட்டான சூழலை விளக்க முற்படுகிறான். வழக்குரைஞராக மாறி நின்று கலைஞனுக்கும்

சமூகத்துக்கும் இடையே நிகழ்ந்து வரும் இந்த வழக்கை எடுத்து நடத்த வேண்டிய பொறுப்பை உணர்ந்து இருக்கிறான். இந்த வழக்கை உங்களோடு சேர்ந்தே நடத்த விமர்சகன் உத்தேசித்து இருக்கிறான். என்னோடு வருவீர்களா? நீங்கள் விமர்சகனைப் பின்தொடர வேண்டியது மிக மிக முக்கியமானது. ஏனெனில், இந்த வழக்கின் நீதிமான்களே நீங்கள்தான்! இதோ வழக்கு!

"அவன் கூறினான்"

"அவன் கூறினான்" என்பதில் இருந்துதான் ஒரு முதல் கலை அறிமுகமாகிறது? "அவன் கூறினான்", என்பதுதான் நிகழ்த்துக் கலையின் மூல வித்து. "அவன் கூறினான்", என்பது நமது முதல் கலை வடிவம். அல்லாமல் வேறு என்ன? 'கூறுதல்' என்ற பெயர்ச் சொல்லின் பண்புத் தொகைதான் 'கூற்று. 'கூத்து' என்பது 'கூற்றின்' கலைச் சொல் வடிவம்தானே

ஒருவன் ஒரு கூட்டத்தின் மத்தியில் தோன்றி ஒரு சம்பவத்தை விவரிக்கிறான். பலர் அதை ஆர்வமாக கேட்கின்றனர். அங்கே கூத்து பிறக்கிறது. அவன் கூத்துக் கட்டுகிறான். ஒரு சிங்கம் ஒரு மனிதனைத் தின்னப் பாய்ந்த சம்பவத்தை விளக்குகிறான். அந்த மனிதன் அந்தச் சிங்கத்தை எதிர்கொண்டு அதனிடமிருந்து எப்படி தப்பினான் என்ற திகிலூட்டும் நிகழ்வை அவன் எடுத்துக் கூறுகிறான். மற்றவர்கள் அசந்து போய் கேட்கிறார்கள். அவனுக்கு ஒரு சம்பவத்தை ருசிகரமாக சொல்வதில் ஓர் ஆத்ம சாந்தி. அவர்களுக்கு ஒரு மனிதன் சிங்கத்திடமிருந்து தப்பிக்கவும் முடியும் என்பதை உள்மனக் காட்சி மூலம் கற்றுக்கொள்வதில் ஓர் அலாதி திருப்தி.கூற்று இப்படிதான் உயிர் பெறுகிறது.

எல்லோராலும் ‘கூறி’விட முடியாது. கூறுபவனோ அவனது உள்ளுணர்வால் உந்தப்பட்டிருக்கிறான் அவன் ஒன்றை பார்க்கிறான். ரசிக்கிறான். ஒப்பிடுகிறான்.ஆய்கிறான். வார்த்தைகளால் அதை வெளிப்படுத்திப் பார்க்கிறான். மற்ற எவரையும் விட அந்த நிகழ்வை தன்னால் சுவைபடக் கூற முடியும் என்று நம்புகிறான். தனது கூற்றிலும் கூறும் பாணியிலும் மற்றவர்கள் எவ்வாறு ஆர்வம் காட்டுவார்கள் என்று அவன் கணிக்கிறான். அஃது அவனுக்கு எத்தகைய வாழ்த்துக்களை எல்லாம் பின்னூட்டமாக அளிக்கக் கூடும் என்பதையும் மனதுக்குள் ஓட்டிக் காண்கிறான். பிறகு அவனது கூத்து அரங்கேறுகிறது.அவன் கூற்றன் ஆகிறான். கூற்றன்தான் நமது முதல் கலைஞன்..

ரசிகன் ஆதல்...

ஒரு தனி நபருக்கு முதல் கல்வி கலைதான். தனது முன் னால் நிகழ்த்தப்படும் கூத்துக் கலையை ஊன்றிப் பார்க் கிறான். அதில் சொல்லப்படும் நிகழ்வை அவன் நேரிடை யாகப் அனுபவிக்கும் உண்மை நிகழ்வோடு ஒப்பிட்டுப் பார்க்கிறான். நிஜத்திலிருந்து நிழல் சற்று மேப்பட்டும், சாத்தியப்பாடுகளுடனுடன் பின்பற்ற தக்கதாகவும் இருப் பதைக் காண்கிறான். இருப்பதை விட பயில்வது பொருப் புணர்வுடனும் மனிதத் தன்மையைக் கொஞ்சம் உயர்த்து வதாகவும் இருப்பதை உணர்கிறான். அதில் புதிய சிந்தனையுடன் ஒரு நேர்த்தியும் அழகும் பொதிந்திருப்பதை உணர்கிறான்.இதுவரை தனக்குத் தெரிந்தும் தெரியாமலும் இருந்த அந்த விஷயங்களை கூறியவன் எத்தகைய நயமாக கூறினான் என்று எண்ணி வியக்கிறான்.கூத்தனின்

செயல்பாட்டை ரசித்து மகிழ்கிறான். இப்படித்தான் ஒரு பார்வையாளன் ரசிகனாகிறான்.

கலை என்பது...

கலை என்பது ரசிகனுக்கு அள்ளிப்பருகும் நீராகவும் கலைஞனுக்கு பீய்ச்சியடிக்கும் விந்தாகவும் இருக்கிறது. நீரைப் பருகி தாகம் போக்காத ஒரு மனித வாழ்வை. நினைத்துப் பார்க்க முடியுமா?. மறுபுறம், ஒரு கலைஞனுக்குள் முகிழும் கலை, விந்தைப் போன்றது. பெருகிய விந்து வெளியேறியே ஆகும்.இல்லை எனில் விந்து பெருக்கத்தால் அவன் தலை தெரித்துவிடும். அல்லது பைத்திய நிலையை எட்டிவிடுகிறான்.

மனிதனைத் தேடி கூத்து வந்து சேருகிறதா.கூத்தைத் தேடி மனிதன் சென்று அடைகிறானா?

மனிதன் தனது ஓய்வு நேரத்தைப் பயனுள்ள வகையில் கழிப்பதற்காக கலையைப் படைத்துக்கொண்டான் என்ற பார்வை எத்தனை சிறுபிள்ளைத் தனமானது! ஆய்வுக் கூறுகள் அற்றது! அது அவ்வாறு அன்று. மனிதன் தனக்கான கலையைத் தரிசிப்பதற்காக ஓய்வு நேரத்தை உண்டாக்கிக் கொண்டான் என்பதுதான் மானுடவியல் உண்மை.

மனிதனும் அடிப்படையில் ஒரு விலங்குதான் என்பதை ஏற்றுக்கொண்டால் விலங்குகளுக்கே உரிய ஒரு சிறப்புத் தன்மையை நாம் இங்கே பரிசீலிக்க வேண்டியது அவசியமாகிறது. ஒரு விலங்கு தனது உணவுக்காக பிரிதொரு உயிரை சார்ந்திருப்பது இல்லை.தனக்குக் கிடைக்கும் ஒவ்வொரு நொடிப் பொழுதையும் தனக்கான உணவைத் தேடுவதில் மட்டுமே செலவிடுவது விலங்கினத்தின் இயல்பு.

ஒரு விலங்கு வயது முதிர்ந்த நிலையிலும், தனது உயிரை

விடப் போகும் அந்த கடைசி நொடியில் கூட தனக்கான உணவைத் தேடும் அதன் முயற்சியைக் கைவிடுவதில்லை. இதன் பொருள், விலங்குக்கு ஓய்வு நேரம் என்பதே கிடையாது என்பதுதான்.உணவுக்கான வேட்டையாடுதல்தான் ஒரு விலங்குயிரின் பிரதான அல்லது ஒரே உலகியல் போக்கு.. உண்ணுதல், உறவாடுதல்,உயிர்ப்பித்தல் உறங்குதல் இவை யாவும் ஒரு விலங்கின் வேட்டையாடுதலின் பல்வேறு பகுதிகளே ஆகும்.

வேட்டையாடும் இந்தச் செயலூக்கம்தான் மனிதனுக்கும் ஆதிப் பண்பாடாக இருந்திருக்க வேண்டும். கலையைத் தவிர வேறு எதுவுமே அந்த வேட்டைப்போக்கில் ஒரு மாறுதலை ஏற்படுத்தி இருக்க நியாயமே இல்லை. கூத்துதான் விலங்கிலிருந்து மனிதன் தனியாக பிரிந்து செல்லும் நிலைக்குத் தள்ளிய முதல் காரணி என்று உறுதியாக நம்பலாம்.

கூத்து முகிழ்ந்தபோது

உறவு கொள்ள ஓர் ஓய்வு நேரம் தேவை இல்லை. பிள்ளையைப் பெற அதைப் பேணி காக்க ஓர் ஓய்வு நேரம் தேவை இல்லை. விலங்கின் வேட்டையியலில் தூக்கமும் ஒரு தவிர்க்க முடியாத வேலை என்று கொண்டால் மனிதனை உள்ளடக்கிய விலங்கு பருவத்தில் ஓய்வு நேரம் என்பது அப்பொழுது தோன்றி இருக்க முடியாத ஆனால் அத்தியாவசியமான காலத்தின் ஒரு கற்பனையாகவே இருந்திருக்க வேண்டும். இந்த ஓய்வு நேரக் கற்பனையை நிஜமாக்கிக் காட்டியவன் ஒரு கூத்துக் கலைஞனே. அவனுக்குள் கூத்து முகிழ்ந்த போதுதான் காலம் மனிதன் மீது ஓய்வு நேரத்திற்கான நிர்ப்பந்தத்தை ஏற்படுத்தியது. மனிதன் கூத்தை ரசிப்பதற்காக தனக்கென ஓய்வு நேரத்தைப்

படைத்துக்கொள்ள முயன்ற போதுதான் அவனுக்கு வாழ்க்கையே அறிமுகமாகியது எனலாம். ஏனெனில் அவன் அப்போதுதான் அவனது வாழ்க்கைக் குறித்த ஓர் சிந்தனைப் பொறியை, ஒரு யோசனையை, ஒரு நினைவுத் துளியை, ஒரு கல்வியை கற்கத் தொடங்கினான்.

கலை என்பது அடிப்படையில் ஒரு கல்வியியல் வெளிப்பாடே. கற்றுக்கொள்ள முயன்ற போதுதான் சிந்தனை சேமிப்பு என்ற நிலை உருவாகியது.கூத்து உருவாக்கிக் கொடுத்த சிந்தனை சேமிப்புதான் தனி ஒரு துறையாக கல்வித் துறையாக உருவாகியது. சிந்தனை சேமிப்பின் பயனாகத்தான் உணவு சேமிப்பு பிறக்கிறது. உணவு சேமிப்புதான் ஓய்வு நேரத்தைச் சாத்தியப்படுத்துகிறது. எனவே மனிதன் கூத்தை ரசிக்க வேண்டி ஓய்வு நேரத்தைப் படைத்துக்கொண்டான் என்பது நிரூபிக்கப்படுகிறது. ஆம்! தனது ஆத்ம பயனுக்காக பிரிதொன்றைக் கவனிக்க காலத்தைச் செலவிட முன் வந்த மனிதனின் ஆர்வத்தில்தான் கூத்தின் ஆன்மா உயிர் பெறுகிறது. ஓய்வு நேரம் என்பது மனிதனின் கவனத்தை ஒருமுகப் படுத்தும் கலையுடன் சம்பத்தப்பட்டது. ஒருவன் எதுவும் செய்யாமல் சும்மா இருப்பது ஓய்வு நேரம் அன்று அது அவன் வாழாத நேரம். அவனது கவனம் கலையின் மீது குவிக்கப்படும் நேரம்தான் ஓய்வு நேரம் ஆகும். விலங்கிலிருந்து மனிதன் முதன் முதல் மாறுபட்டது இங்கேதான்.

மொழியின் தோற்றுவாய்

கூற்றன் அவனது கூற்றை விளக்க வேண்டிய அவசியத் தன்மைதான் ஒரு மொழி தோன்றுவதற்கான சூழ்நிலை நிர்ப்பந்தந்தை அவனுக்குள் ஏற்படுத்துகிறது. அதுவரை உண்மை நிகழ்வைச் சொல்லி வந்த கூற்றன் தனது மூளையில் தோன்றும் கற்பனையை உண்மையோடு கலக்க

யத்தனித்தபோது ஒரு சிரமத்தைச் சந்தித்தான். உண்மை நிகழ்வு என்பது அனைவரும் அறிந்த ஒன்று. அதை அன்றைக்கு நடைமுறையில் இருந்த சைகை போன்ற மொழியைப் பயன்படுத்தி ஒருவாறு புரிய வைக்க முடிந்திருக்கும். ஆனால் அவனது கற்பனை வளம் அவனுக்கு அளித்திருக்கும் கதையைச் சொல்லி விளக்க அவனது மொழி போதிய வளம் பொருந்தியதாக இருக்கவில்லை. இந்த இக்கட்டான நிலை கூற்றனுக்கு ஒரு அழுத்தத்தை உண்டாக்கி விடுகிறது. தனது கற்பனையை பார்வையாளனுக்குள் சரியாக கடத்துவதற்காக கூற்றன்பெரும்முயற்சியில்ஆழ்கிறான். மொழி உருவாக்கத்தின் இந்த அவசியத் தேடல் ரசிகனையும் கூற்றனையும் மொழியின்

முகத்துவாரத்துக்கே கொண்டு வந்து நிறுத்தி விடுகின்றது. ஒலிகளுக்கு வார்த்தை வடிவங்கள் பிறக்கின்றன. வார்த்தைகள் காலப் போக்கில் சரள நடையை அடைந்து ஒரு மொழியை தோற்றுவித்து விடுகிறது

மனிதனுக்குள் முகிழ்ந்து வந்த கூத்தை அடையாளம் கண்டு அதை தன் வயப்படுத்தி, தனக்கென வரித்துக் கொண்ட போது உண்மையில் வஸ்து ஓர் அறிவுத் தளம் என்பதையும் மனித சமூகத்துக்குத் தேவையான அறிவையும் ஆளுமைப் பயிற்சிகளையும், தத்துவ சித்தாந்தங்களையும், உயர் நவீன சிந்தனைப் போக்குகளையும் கொடுத்து மனித சமூகத்தை உய்விக்கப் போகும் ஒரு கலை உலகம்தான் அது என்பதை அப்போது அவன் அறிந்திருப்பானா!

கலைகள் என்பது மனிதனுடைய உயிரியல் தேவைகளின் பல்வேறு புற வெளிப்பாடுகள்தான்.கலையும் கல்வியும் ஒன்றுக்கொன்று பிரிக்க முடியாத வகையில் பிணைந்திருந்தன.

கூத்து முற்றிலும் கல்விப் புகட்டுவதாக இருந்தது.

மனிதனைச் சுற்றிலும் பேராபத்துகளும் மரண படுகுழிகளும் சூழ்ந்திருந்த காலம் அது.திடீர் திடீர் என மனித வாழ்வு பறிபோனது. மனிதன் பிற விலங்குகளால் களவாடப்பட்டான். அவனது கண் முன்னாலேயே இன்னொரு மனிதனைக் கொடிய பிற விலங்குகள் தின்றன. இரவில் படுத்து உறங்கியவன் காலையில் பிணமாய், எலும்புக் கூடாய் கிடந்தான். பிறந்த குழந்தையை பிடுங்கித் தின்றன ராட்சத விலங்குகள். உணவுக்குப்பின் சற்று கண் உறங்கியவனை அடித்துத் தின்றது ஆள் தின்னும் விலங்குகள். இதற்கெல்லாம் என்ன தீர்வு?

தீர்வுகளை நோக்கி பல்லாயிரம் ஆண்டுகளைக் கடந்த பின் அவனுக்கு ஒரு வரமாக அமைந்ததுதான் கூத்து. கூத்துதான் அவனது அத்தனை கேள்விகளுக்கும் தீர்வுகளை வழங்கியது. கூத்துதான் வாழ்க்கைப் பற்றிய புதிர்களை எழுப்பியது. கூத்துதான் அந்த புதிர்களுக்கு தீர்வுகளையும் வழங்கியது. கூத்துதான் ஒவ்வொன்றாய் அவனுக்குக் கற்றுக்கொடுத்தது.

பிறப்பிலிருந்து இறப்பு வரையிலான மனித சமூகத்தின் அத்தனைப் பிரச்சினைகளையும் பேசுவதோடு அவற்றிற்குத் தேவையான முடிவுகளையும் அறிவித்த வண்ணம் இருக்கும் சினிமா என்பது எங்கிருந்து வந்தது?

கூத்து நாடகம் சினிமா

தனி ஒருவன் நடத்தியது கூத்து. கூத்தில் நடிப்பு இல்லை. அங்கே போலச் செய்தல் மட்டுமே இருந்தது. ஒருவரே பலரைப் போல பேசியும் பாவித்தும் கதையைச் சொல்வது கூத்து. கதையில் வரும் பாத்திரங்களைத் கண்முன் தோன்றச்

செய்து நடித்துக் காட்டுவது நாடகம். இங்கே நடிப்பு இடம்பெறுவதால் இது நாடகமாகிறது. சினிமா என்பது ஆதியில் கூற்றன் காட்ட விரும்பிய பாத்திரங்களையும் பாத்திரங்கள் வாழும் உலகத்தையும் உங்கள் முன் ரத்தமும் சதையுமாக படைத்துக்காட்டும் கூத்தின் பிரம்மாண்ட விருட்சமே தவிர வேறில்லை.

கற்றுக்கொள்வது மனித வாழ்க்கையின் ஒரு தொடர் நிகழ்வாக தீராத செயலாக நடந்து கொண்டே இருக்கிறது. அறிந்தும் அறியாமலும் அவன் கற்றுக்கொண்டே இருக்கிறான். கற்கும் அவனது வேட்கையை கலைகள் அவனுக்குச் சாத்தியப்படுத்துகின்றன. உலகியல் நடப்புகளை அவனுக்கு தனியாக எடுத்து, பிரித்துக் காட்டி உணர்த்துகின்றன கலைகள்.

பிறந்து மண்ணில் விழுந்ததுமே கற்றுக்கொள்ளத் தொடங்கி விடுகிறான் மனிதன். புல்லை, பூண்டை, பூனையை, நாயை குழந்தையை ,அம்மாவை அப்பாவை,சுற்றங்களை, ஆட்டை மாட்டை, கன்றை கோழியை என அனைத்தையும் கற்க முனைகிறான்.

அவனது கல்வி குழந்தைப் பருவத்தோடு முடிந்து விடுவது இல்லை. வளர்ந்த பின்னும் அவனது கற்கும் வேட்கை தொடர்கிறது தன்னைப் போன்ற ஒருவன் எப்படி வாழ்கிறான் என்பதை அறிவதில் அவனுக்கு இருக்கும் ஆர்வத்துக்கு எல்லையே கிடையாது. வாழ்வின் ஒவ்வொரு அம்சத்திலும் அவனது போக்குகளை அவன் ஒப்பிட்டுப் பார்க்கத் தவறுவதில்லை. கற்ப்பிக்கப்பட்ட நீதியின் படியான அவனது வாழ்க்கை, விமர்சனத்துக்கு உள்ளாகும்போது அவன் பிரிதொருவனோடு தன்னை ஒப்பிட்டுப் பார்த்து தன்னை நிரூபித்துக்கொள்ள முனைகிறான்.

மனித வாழ்வின் அனைத்துக் கூறுகளுக்கும் அறநெறி இலக்கியங்கள் தீர்வுகளைப் பகர்கின்றன என்பது உண்மையானாலும் அதை நேரம் செலவழித்து கற்கும் அளவுக்கு எல்லாருக்கும் வாய்ப்புகள் அமைந்து விடுவதில்லை. வாய்ப்புகள் அமைந்தாலும் அவற்றைப் படித்தறியும் கல்வி அறிவு இருப்பதில்லை. கல்வி அறிவு இருந்த போதும் அவற்றை சரியான விதத்தில் புரிந்து கொள்ளும் அறிவுப் பின் புலம் இருப்பதில்லை.இந்த நடை முறைப் பிரச்சினைகளுக்கு

எல்லாம் சினிமாவின் எளிமையும் தெள்ளத் தெளிவான காட்சிப் படிமங்களும் ஒரு தீர்வாக அமைந்து விடுகிறது

சில காட்சிகள்

பிடித்த பெண்ணைக் காதலிப்பதில் எல்லை அற்ற ஆர்வம் காட்டும் ஒருவன் தனது தங்கை காதலிப்பதைக் கேட்க நேரும்போது எப்படி வினை ஆற்றுவது என்று தெரியாமல் குழம்பிப் போகிறான்.

கௌரவமான விவசாயி ஒருவனின் இளம் மனைவி திடீரென இன்னொருவ னோடு ஓடி விடும்போது அந்த விவசாயியின் நிலை என்ன?

பத்து பேர் முன்னிலையில் ஓர் இளைஞனின் முகத்தில் ஒரு கன்னிப் பெண் காரி துப்பிவிடும்போது அந்த இளை ஞனின் நிலை என்ன?

கொடுமையான வறுமையிலும் தனது தம்பியை படிக்க வைத்து மேலே கொண்டு வந்த அண்ணனை தான் சம்பாதிக்கும் காலத்தில் அந்த தம்பி உதாசீனப் படுத்தும்போது அந்த அண்ணனின் பரிதாப நிலைக்குத் தீர்வு என்ன?

தனக்கு வர வேண்டிய மனைவியைத் தனது அண்ணன் சூழ்ச்சி செய்து பறித்துக்கொண்டதால் வாழ்வை இழந்து தவிக்கும் ஒரு தம்பியின் மன நிலை எப்படி இருக்கும்?

பிள்ளைகளுக்காக உழைத்து களைத்த பெற்றோர்களை அவர்களது முதுமைக் காலத்தில் வீட்டை விட்டு விரட்டி அடிக்கும்போது அந்தப் பெற்றோர்களின் நிலை என்ன? அந்த பிள்ளைகளின் மனநிலை எப்படி பட்டதாக இருக்கும்.

இதுபோன்ற எண்ணற்ற அசாத்திய சூழ்நிலைகளை எப்படிக் கையாள்வது என்பதைக் காட்சிப்பூர்வமாக விளக்கும் சினிமா எத்தனை பயனுள்ள இலக்கியம் ஆகிவிடுகிறது.

கலைகளின் தஞ்சம்

கூத்தில் தொடங்கிய தனது தேடல்களை ஏழு கடல் ஏழு மலை தாண்டி, எத்தனை எத்தனையோ கலைகளைக் கடந்து வந்த மனிதன் இறுதியாக சினிமாவில்தான் முழுமை அடைய பெறுகிறான். அவன் படைத்துக்கொண்ட மற்ற அத்தனை கலைகளும் சினிமாவுக்குள் தஞ்சமடைந்து விட்டன. ஓவியம், இசை, நடனம், கூத்து, பாட்டு, நாடகம் ஆகச் சிறந்த அனைத்தும் சினிமாவுக்குள் சங்கமித்து விட்டன.சினிமாதான் இன்றைக்கு மனிதனுக்கான அனைத்து தேவைகளையும் வாரி வழங்கும் அட்சயப் பாத்திரமாக திகழ்கிறது.

சினிமாதான் இன்று மனிதனை வழி நடத்துகிறது. சினிமாதான் மனிதனுக்குப் போதிக்கிறது. சினிமாதான் மனிதனுக்கு அறிவு புகட்டுகிறது. சினிமாதான் மனிதனின் சந்தேகங்களை போக்குகிறது. சினிமாதான் மனிதனை ஆட்சி செய்கிறது. சினிமாதான் மனித மனத்தை வளப்படுத்துகிறது. சினிமாதான் மனிதனின் சிந்தனை ஓட்டத்தை வடிவமைக்கிறது. சினிமாதான் உலகத்தின் ஒரு கோடியில் நிகழும் நாகரீக போக்கை மறு கோடி மனிதனுக்கு நொடிப்பொழுதில் கொண்டு சேர்க்கிறது. மனிதன் வாழும் நிஜ உலகத்துக்குத் தேவையான மொத்த தேவைகளையும் வாரி வழங்குவது சினிமா என்கிற நிழல் உலகம்தான். சினிமா

என்பது, மனிதன் தனது தேவைகளைப் பெறுவதற்காக அவனே படைத்துக்கொண்ட ஒரு மாற்று உலகம்.

இந்த உலகத்தின் அத்தனை வளர்ச்சியும் மனிதனின் அடிப்படைத் தேவையின் மீதுதான் கட்டமைக்கப்பட்டுள்ளது.இன்றைக்கு வானத்தில் சீறிப்பாயும் ஆகாய விமானத்தின் தோற்றுவாய் எது? மனிதன் ஓர் இடத்–திலிருந்து மற்றொரு இடத்தை கடக்கவேண்டி இருக்கிறான். கால்நடை, விலங்குச் சவாரி, மாட்டு வண்டி, சைக்கிள், பைக், கார், பஸ், ரயில் கடைசியாக ஆகாய விமானம். மனிதனின் இடம்பெயர்தலை நிறைவு செய்யும் போக்குவரத்தின் உச்சமாக இன்று ஆகாய விமானம் மிளிர்கிறது. சாலை வசதிகள், பாலங்கள், கண்காணிப்புக் கோபுரங்கள் போன்றவை இதன் உப வளர்ச்சி நிலைகள்.

இதேபோல கல்வி, வானுயர் கட்டிடங்கள்,மருத்துவத்துறை தகவல் தொடர்புத் துறை,விளையாட்டு, காவல்துறை, பொறியியல்,தத்துவம்,அரசியல் இன்னும் ஏராளமான துறைகள் இன்றைக்கு வளர்ந்து நிற்கின்றன என்றால் அவை அனைத்துக்கும் மனித விழைவுகளே காரணம். சினிமாவும் மனித தேவையின் மீதுதான் இயங்குகிறது. ஒரு தனிமனிதனுக்குத் தேவைப்படாத ஒன்று இந்த உலகத்தில் இடம்பெற வாய்ப்பே இல்லை. தகவல் தொடர்புத் துறையைப்போல, போக்குவரத்துத் துறையைப் போல,கல்வித்துறையைப் போல சினிமாத் துறையும் மனித அத்தியாவசியத்தின் மீதே இயங்குகிறது.

மனிதனிடமிருந்து கல்வியைப் பறித்து விடுங்கள்: அவன் முட்டாள் ஆகி விடுவான். போக்குவரத்தை எடுத்து விடுங்கள்: அவன் தற்குறி ஆகி விடுவான். மருத்துவத் துறையை நீக்கி விடுங்கள்: அவன் நோயாளி ஆகிவிடுவான். தகவல் தொடர்பைத் துண்டித்து விடுங்கள்; அறிவிலி ஆகி விடுவான். இவைகள் எல்லாம் போனாலும் அவன் ஒரு மனிதனாக வாழ்வான். ஆனால் அவனிடமிருந்து கலையைப் பறித்து விடுங்கள்; அவன் பைத்தியமாகி விடுவான். பைத்தியம் என்பது விலங்கு நிலையை விடவும் கீழானது. இந்த நிலை மனித இனத்தையே அழித்து விடும் என்பது திண்ணம்.

கலையின் முக்கியத்துவத்தை எனது வார்த்தைகளால்

வடித்துக் கொடுக்க முடியாமல் நான் தவிக்கிறேன். மனிதனிடமிருந்து விலங்குத் தன்மையை அகற்றி அவனை முழு மனிதனாக்குவதே கலைதான். அவனிடமிருந்து எல்லாவற்றையும் பிரித்து எடுத்துக்கொண்டு அவனைத் தனிமைபடுத்தி வைத்தபோதும் அவனது கலைத்தன்மை மட்டும் அவனிடமிருந்தால் போதும் அவன் இழந்த எல்லாவற்றையும் மீட்டு பழைய மேன்மை நிலையை அடைந்து விடுவான்.

மனித சமூகத்தின் அத்தனை சிறப்புகளுக்கும் வளர்ச்சி நிலைக்கும் வித்திட்ட கூத்தின் அதி நவீன வடிவமாகிய சினிமாவை நாம் எப்படிப் பார்க்கிறோம்?

“இல்லைங்க நான் சினிமால்லாம் பாக்குறதில்ல”

“ஸ்கூலிங்க் அப்போ பாத்தது. சினிமா பத்தி இப்போ கேட்டா எனக்கு “ஒண்ணுமே தெரியாது. சாரி”

“சினிமால்லாம் யாருங்க பாப்பாங்க?”

“ஏதோ ஆக்ட்ரஸ் பேரெல்லாம் சொல்றாங்க. சாரி எனக்கு யாரையும் தெரியாது. நாட் இன்ட்ரெஸ்டெட்”

“எனக்கு அப்போதிலிருந்தே அதுல இன்ட்ரெஸ்ட் இருந்ததில்லங்க. ஏன்னா எங்க ஃபேமிலி அப்படி. அப்பா ரொம்ப ஸ்ட்ரிக்ட்”

பெண்கள் இடம்பெறுதல் எனும் பிரச்சினை

படித்த உயர் நாகரீக வகுப்பினரின் சினிமா குறித்த குரல் இந்தத் தொனியில்தான் ஒலிக்கிறது. பொறுப்பானவர்கள் சினிமா பார்ப்பதில்லை என்ற பாங்கு சமூகத்தில் இருக்கிறது. சினிமா ஆர்வத்தைக் பொதுவில் காட்டும் ஒருவன் ஊதாரியாக, போக்கிரியாக, பண்பற்றவனாக, சமூக பொறுப்பற்றவனாக,

சொந்தக் கருத்துகள் இல்லாத பாமரனாக பார்க்கப்படும் நிலை இன்றும் தொடர்கிறது. இதற்குக் காரணம் என்ன? சமூகத்தின் அடித்தட்டு மக்களிடமிருந்து தங்களைப் பிரித்து, தனித்துக் காட்டிக்கொள்ளும் மேட்டுக்குடி மனப்பான்மையின் வெளிப்பாடுதான் இது என்று தியோடர் பாஸ்கரன் எழுதுகிறார். ஆனால் அவர் எடுத்துக்காட்டத் தவறிய இன்னொரு காரணமும் உண்டு, சினிமாவில் பெண்கள் இடம்பெறுதல் என்னும் பிரச்சினைதான் அது!

அவர்கள் சினிமாவை வெறுப்பதற்கு அல்லது வெறுப்பதுபோல் நடிப்பதற்குக் காரணம் சினிமாவில் பெண்கள் இடம்பெறுவதால்தான். பெண்ணியம் பேசுவார்கள். பெண் விடுதலைக்காக மாய்ந்து மாய்ந்து எழுதுவார்கள். பெண்களுக்கு இழைக்கப்படும் கொடுமைகளுக்கு எதிராக முழங்குவார்கள். ஆனால் ஒரு பெண்ணைச் சினிமாத் திரையில் காண நேரும்போது கூனிக் குறுகி நாணுவார்கள். அவளைக் குறைத்து மதிப்பிடுவார்கள். அவதூறுகளை பரப்புவார்கள்.அந்தப் பெண்ணைப் பற்றி ஏதேனும் பாலியல் புகார்கள் வராதா என ஏக்கத்துடன் ஊடகங்களை எதிர்பார்த்த வண்ணம் இருப்பார்கள். ஏதேனும் வாய்ப்புக் கிடைத்துவிட்டால் அவளைப் பேசிப் பேசியே நாசம் செய்து விடுவார்கள்.

இலக்கியங்களில் ஓர் எழுத்தாளர் பெண்ணைப் பற்றி, அவளது அங்கங்களின் அழகைப் பற்றி வருணிக்கிறார். முதலிரவு நிகழ்வுகளை அக்கக்காக விவரிக்கிறார். ஒரு விபச்சாரியின் இரவுகளை திகட்டத் திகட்ட விளக்குகிறார். காதலியின் மார்புகளை, பின்புறத்தை, முன்புற அழகை, அது இது என்று ஆபாச மழையைத் பொழிகிறார். அவற்றை எல்லாம் படித்து களிக்கும் இவர்கள் மனம் கூசுவது இல்லை. ஆனால் சினிமாவில் ஒரு பெண்ணின் மார்புக்கு ஒரு க்ளோஸப் கொடுத்துவிட்டால் இவர்களின் மனம் கூசி விடுகிறது. இலக்கியத்தில், கதையில், கவிதையில் ஒரு பெண்ணைப் பற்றிய வருணிப்பைத் தனிமையில் திருட்டுத்தனமாக ரசிக்கலாம்.அதையே சினிமாவில் காட்டினால் அது கசந்து விடுகிறதா?

படுக்கை அறையில் என்ன செய்கிறார்கள்

காதலும் காமமும் ஒரு வாழ்க்கை முறை இல்லையா? பெண்கள் இல்லாமல் அஃது எப்படிச் சாத்தியமாகும்? ஒவ்வொரு வீட்டிலும் என்ன நடக்கிறது?. நம் ஒவ்வொருவர் வீட்டிலும் படுக்கை அறை இருக்கிறது. நமது மதிப்பிற்கும் மரியாதைக்கும் உரிய அம்மாவும் அப்பாவும் அங்கே என்ன செய்கிறார்கள்? அதனால் அவர்களின் கௌரவத்துக்கு எந்த வகையில் பங்கம் ஏற்பட்டு விட்டது? குடும்ப பாலியல் நடத்தைகளால் ஒரு தாயின் புனிதம் எங்கே களங்கப்பட்டு விடுகிறது? அவர்கள் உறவு கொள்ளாமல் நாம் எப்படி வந்தோம். குடும்பம் என்பது அடிப்படையில் பாலியல் நடத்தைகளைக் கொண்டாடும் ஓர் அமைப்புதானே! நாம் ஏன் நமது பிள்ளைகளுக்கு திருமணம் செய்து வைக்க விழைகிறோம்? புது மணத் தம்பதிகளின் இரவு நேரப் படுக்கை அறையில் இடம்பெறுவது என்ன? குடும்பம் என்பது சமூகத்தின் பாலியல் பண்பாட்டை விளம்பி நிற்கும் ஒரு சின்னம் இல்லையா!.

பெண்களை படிப்பதால் நோகாத ஒருவரின் மனம் பெண்களை பார்ப்பதால் சுருங்கிப் போவது அவர்களின் கயமைத் தனத்தினால்தான் என்பேன்.தங்களின் மான

அவமானங்களை ஒரு பெண்ணின் நடத்தைகளோடு பொருத்திப் பார்க்கும் இவர்களின் அறியாமையே காரணம். இவர்களின் இந்தக் கயமைத்தனத்தின் நீட்சிதான் ஒரு நடிகனைக் கொண்டாடுவதுற்கு எதிராக திரண்டு எழுகிறது. ஒரு பெண்ணை பொது வெளியில் தொட்டுத் தழுவுவதால் ஒரு நடிகனை அவர்களின் நியாய உணர்வு குறைத்து மதிப்பிட்டு விடுகிறது.

ஏ கூத்தாடி

அதனால் அவனை "ஏ கூத்தாடி" என்று கூவி, எள்ளி நகைக்கிறது. ஒரு நடிகனை ஊதாரியாக பார்க்கிறது. அறிவேழையாக,வீணே சுற்றித்திரியும் போக்கிரியாக ஒழுங்கற்ற ஒரு பித்தனாகப் பார்க்கிறது. இவர்களின் ஆணாதிக்கக் கண்கள் ஒரு நடிகனின் முக்கியத்துவத்தைக் காண மறுக்கின்றன.துறவி என்று சொல்லிக்கொள்ளும் ஒருவரைக் கண்ணை மூடிக்கொண்டு பின்தொடரும் இவர்களின் மன நிலையே இதற்கு உதாரணம். ஆனால் எந்த நடிகன் பிறன் மனைவியை கவர்ந்து கொண்டதற்காகவோ,கற்பழித்த குற்றத்திற்காகவோ சிறைத் தண்டனைப் பெற்றிருக்கிறான்?

கூத்துக் கலையின் பரிணாம வளர்ச்சியின் நவீன படிநிலையான சினிமாவில் ஒரு நடிகனின் இடம் என்ன? உண்மையைச் சொன்னால் நடிகன் இல்லாமல் சினிமாவே இல்லை. கதை, திரைக்கதை, வசனம், அரங்க அமைப்பு, இசை, ஒளிப்பதிவு, ஒலிப்பதிவு இன்னும் எத்தனை எத்தனை அம்சங்கள் இருந்த போதும் இவற்றை எல்லாம் பிரதிநிதித்துவப்படுத்த, அங்கீகரிக்க ஒரு நடிகன் வேண்டும். சினிமாவில் இடம்பெறும் மற்ற அனைத்தும் ஒரு நடிகனிடமிருந்து நடிப்பு எனும் கலையைப் பிழிந்து

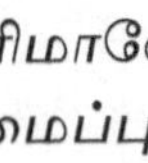

எடுப்பதற்க்காகவே அன்றி வேறு எதற்காகவும் அல்ல.ஒரே நடிகன் மீண்டும் மீண்டும் நடித்துக்கொண்டே இருப்பதும் அவனது நடிப்பை மீண்டும் மீண்டும் சலிக்காது ரசிகன் பார்த்துக்கொண்டு இருப்பதும் எதனால்? அவனிடம் பொதிந்திருக்கும் கலைத்தன்மையைத் தவிர வேறு எதற்க்காகவும் இல்லை.

நடிகன்தான் பிரதானம். நடிகன்தான் சினிமாவை ஒரு உலகமாக மாற்றி விடுகிறான். சினிமா உலகம் நாம் வாழும் நிஜ உலகத்துக்கு நிகரான ஒரு மாற்று உலகமாகத் திகழ்கிறது என்றால் அஃது ஒரு சிறந்த நடிகனால்தான் சாத்தியப்படுகிறது.

அட்வகேட் ரஜினிகாந்த் (கௌரவம்), பிரிஸ்டீஜ் பத்மனாபன் (வியட்நாம் வீடு), மலைச்சாமி தேவன், குயில், பொன்னம்மா (முதல் மரியதை), வித்யாசாகர், ஜானி (ஜானி), சப்பானி, பரட்டை,மயில் (16 வயதினிலே), காளி, காளையன், விருமாண்டி, கே.பி.கருப்பு, ஐரின், பேட்டைக்காரன், காளி, ஜானி, அன்பு (மெட்ராஸ்), சிவய்யா, லலிதா (சிப்பிக்குள் முத்து), (சலங்கை ஒலி) மோகனசுந்தரம் (ரத்தக்கண்ணீர்), எஸ்.பி.சௌத்ரி(தங்கப்பதக்கம்),சிக்கல் சண்முகசுந்தரம், மோகனாம்பாள் (தில்லானா மோகனாம்பாள்), தருமி, பரமா (சுப்பிரமணியபுரம்) பாலகிருஷ்ணன், மாதவி (சலங்கை ஒலி), மனோகர், திவ்யா சந்திரமௌலி (மௌன ராகம்), இந்தப் பெயர்கள் எல்லாம் யார்? இந்த சினிமா மாந்தர்களுக்கு எல்லாம் உயிர் கொடுத்து இன்றும் நம்மோடு வாழச் செய்தது யார்? ஒரு தேர்ந்த நடிகனால் நடிகையால்தான் இது சாத்தியம்.

நமது உணர்வுகளை மீட்டி, திருத்தி அமைத்து, கற்ப்பித்து, நெகிழ்வித்து சலவை செய்து திருப்பித் தரும் ஒரு நடிகனை நாம் மதிக்க தவறுவது சரியா?

யாருடையது கௌரவச் சம்பாதிப்பு

ஓர் எஞ்சினியரின் வருமானம் எங்கிருந்து வருகிறது? பாடுபட்டு வீடு கட்டும் ஒருவரின் உழைப்பிலிருந்து!. நோயால் அவதிப்படும் ஒருவனிடமிருந்தே ஒரு மருத்துவன் தனது வருவாயைப் பெறுகிறான்!.ஒரு வக்கீலின் வருமானம் பிரச்சினைகளால் மன உளைச்சலுக்கு உள்ளாகி பெரும் அவதிக்கும் அவமானங்களுக்கும் ஆளாகும் சிலரிடமிருந்து அமைகிறது!. ஓர் ஆன்மீகவாதி நல்லது நடக்கும் என்று பொய்ச் சொல்லி மக்களிடம் பணம் பறிக்கிறான். ஒரு அரசியல்வாதி பெறும் பணம் எந்த நியாய வரையறைகளுக்கும் உட்படுவதில்லை. ஆனால் ஒரு நடிகன் ரசிகனைத் தனது நடிப்புத் திறனால் அசத்தி, மகிழ்வித்து, நெகிழ்த்தி, ஆனந்தக் கண்ணீர் சொரியச் செய்து அவனிடமிருந்து மிக மிகச் சிறு தொகையை அன்பளிப்பாகப் பெறுகிறான். இவர்களில் யாருடையது கௌரவச் சம்பாதிப்பு? இவர்களில் எவரை விட ஒரு நடிகன் அந்தஸ்த்தில் குறைந்து விடுகிறான்?

ஒரு சாதாரண பார்வையாளனை ரசிகன் என்ற தகுதி நிலைக்கு இட்டுச் செல்ல ஒரு தேர்ந்த நடிகனால் மட்டுமே இயலும்.

எனது குழந்தை வயதில் சம்பூர்ண ராமாயணம் என்ற புராண படத்தைப் பார்த்துக்கொண்டிருந்தேன். பிரபல தென்னிந்திய நடிகர்கள் பலரும் இணைந்து நடித்திருந்த படம் அது. எங்கள் ஊர் டூரிங் டாக்கீசில் மூன்றரை மணி நேரம் ஓடும்.ஒரு வாரம் முழுதும் அந்தப் படத்தைக் காணக் குடும்பம் குடும்பமாக ஊரே திரண்டு செல்வோம். படம் மிக மெதுவாக நகரும்.மெது மெதுவான காட்சி அமைப்புகள், அமைதி தவழும் முக பாவனைகள், சோகம் பொங்கும்

பாத்திரப் படைப்புகள் என்று படம் அலுப்பூட்டும். பார்வையாளர்கள் எல்லோரும் தூங்கி வழிவார்கள். சிலர் படுத்து உறங்குவதையும் காணலாம். இவை எல்லாம் ஒரு குறிப்பிட்ட காட்சியில் அப்படியே தலை கீழாய் மாறிவிடும். விழித்துக்கொண்டு இருப்பவர் அந்தக் காட்சி வருவதை முன்னிட்டு மற்றவர்களை உஷார்படுத்துவார்கள். வேறு சிலரோ திடீரென விழித்துக்கொண்டு பரபரப்படைவார்கள். இந்தக் களேபரங்களுக்கு இடையிலும் தூங்கிப் போனவர்கள் மறுநாள் காலையில், தான் எழுப்பப்படவில்லை என்பதற்காக மற்றவர்களோடு சண்டையில் இறங்குவார்கள்

விஷயத்திற்கு வந்து விடுகிறேன். நடிகர் திலகம் சிவாஜி கணேசன் பரதனாக தோன்றும் அந்தச் சில காட்சிகளுக்காகத்தான் இத்தனை அளப்பரைகள். "அண்ணா! அண்ணா! என் அண்ணன் எங்கே? என் அண்ணன் ராமன் எங்கே? அண்ணா" என்று பதறியபடி பரதனாக சிவாஜி தோன்றும் அந்தக் காட்சியின் போது விழித்திருக்க வேண்டுமென்பதற்காகத்தான் அத்தனைக் கூட்டமும் இத்தனை சலசலப்புகளுக்கு உள்ளாகியது. சிவாஜி திரையில் தோன்றியதும் அதுவரைத் தூங்கி வழிந்த, சோர்ந்து கிடந்த பார்வையாளர்கள் திடீர் விழிப்படைவதை கண்டு நான் திகைப்பது வழக்கம்.பரதனின் முக்கிய காட்சிகள் கடந்ததும் கூட்டம் மெல்ல மெல்ல கொட்டகையை விட்டு வெளியேறும். என்ன நடந்தது? சம்பூர்ண ராமாயணத்தில் பங்கு பெற்றிருந்த என்.டி.ஆர். உட்பட அத்தனை நடிகர்களையும் வென்று வீழ்த்திக் காட்டி இருப்பார் நடிகர்திலகம் சிவாஜி கணேசன்.அவ்வளவுதான் வேறொன்றுமில்லை.

வெற்றி வாகை

எனது அனுபவம் அத்தோடு முடியவில்லை.

கூண்டுக்கிளியில் எம்.ஜி.ஆரை. வென்றார். பார்த்தால் பசி தீரும் படத்தில் ஜெமினி கணேசனை வென்றார். பச்சை விளக்கு போன்ற படங்களில் எஸ்.எஸ்.ஆரை வீழ்த்தினார். சபாஷ் மீனாவில் சந்திரபாபுவை வென்றார். பல்வேறு படங்களில் முத்துராமன், ஏவிஎம் ராஜன், நம்பியார், நாகேஷ் போன்ற அன்றைய காலத்து ஜாம்பவான்கள் அனைவரையும் வெற்றி கண்டார் சிவாஜி கணேசன். ‘வியட்னாம் வீடு’ படத்தில் பத்மினியை வென்று காட்டினார். ‘பாச மலர்கள்’ படத்தில் சாவித்திரியைத் தோற்கடித்தார். மனோகராவில் கண்ணாம்பாவை ஜெயித்தார். ‘சரஸ்வதி சபதம்’ படத்தில் கே.ஆர்.விஜயாவைத் தோற்கடித்தார். பல்வேறு படங்களில் மனோரமாவை வென்று வீசி இருக்கிறார்.

இவை எல்லாவற்றையும் விட மேலான வெற்றியாக நான் காண்பது, அவர் நடிகவேள் எம்.ஆர்.ராதாவை ஜெயித்ததைத்தான். ஆம்! சிவாஜி கணேசனால் நடிக மேதை என்று மிக உயர்வாக வர்ணிக்கப்பட்ட எம்.ஆர்.ராதாவைப் பலே பாண்டியா உட்பட பங்குபெற கிடைத்த ஒவ்வொரு வாய்ப்பிலும் அவரை விஞ்சிச் சென்று சாதனைப் படைத்தவர் சிவாஜி கணேசன்.

இந்த வெற்றி வாகையில் அவர் எவர் ஒருவரையும் விட்டு வைக்க வில்லை.மகா நடிகர்கள் என்று கருதப்பட்ட டி.எஸ். பாலையா, சகஸ்ரனாமம், பி.எஸ்.வீரப்பா, எஸ்.வி.ரங்காராவ், பி.நாகைய்யா போன்ற பெரும் நடிகர்களை எல்லாம்

பின்வாங்க வைத்தவர்

பழம்பெரும் நடிகர்களை மட்டும் அல்லாமல் பின்னால் தான் சந்திக்க நேர்ந்த நவீன நடிகர்களை எல்லாம் தனது நடிப்பால் ஊதித் தள்ளினார் நடிகர் திலகம்.

வென்றார், வீழ்த்தினார், தோற்கடித்தார், பின்வாங்கச் செய்தார் ஊதித் தள்ளினார் போன்ற வார்த்தைப் பிரயோகங்களுக்கான விளக்கத்தை நீங்கள் கோரலாம். உங்களுக்குச் சிறு சாவகாசம் அளிக்க விரும்புகிறேன். ஒரு பாடல் காட்சியைப் பார்த்து விட்டு பிறகு தொடரலாம்.

“நல்லவன் எனக்கு நானே நல்லவன்” என்ற பாடல் காட்சியைப் பார்க்க உங்களை அழைக்கிறேன். படித்தால் மட்டும் போதுமா என்ற படத்தில் இடம் பெற்ற பாடல் அது. “பொன் ஒன்று கண்டேன் பெண் அங்கு இல்லை”, “நான் கவிஞனும் இல்லை நல்ல ரசிகனும் இல்லை” போன்ற உலகத் தரமான மேலும் இரண்டு பாடல்கள் இருந்த போதும் இந்தப் பாடலை குறிப்பாக நான் சொல்வதற்கு ஒரு முக்கிய காரணம் இருக்கிறது.

முக்கிய கட்டம் ஒன்றில் இடம்பெறும் இந்தப் பாடலில் சிவாஜியோடு பாலாஜியும் சேர்ந்து நடித்திருப்பார். பாடலின் மெட்டு சற்று மெதுவான (SLOW) தொனியில் ஒலிக்கும். பாலாஜிக்குப் பாடிய P.B.ஸ்ரீநிவாஸோ மென் தொனி கொண்டவர். பண்ணை ஆட்களுடன் சேர்ந்து கொண்டாட்ட மோஸ்தரில் பாடப்பட்ட அந்தப் பாடல் சற்றும் பொருத்தமில்லாமல் வேகம் குறைந்திருக்கும். ஆனால் நடிகர் திலகம் அந்தத் தொய்வுகள் ஏதும் தெரியாமல் அப்படியே மாற்றிக் காண்பிப்பார். தனக்கே உரிய பாணியில் அங்கு இல்லாத, ஆனால் இருந்திருக்க வேண்டிய ஓர் உணர்ச்சி வேகத்தைத் தனது உடம்பிலும், உள்ளத்திலும் கொண்டு வந்து அந்தச் சூழலையே ஒரு கொண்டாட்டமாக மாற்றிக் கொடுத்துவிடுவார்.

ஒரு நடிகனால் எத்தகைய மோசமான நடிப்புச் சூழலையும் தூக்கி நிறுத்திக் காட்ட முடியும் என்பதற்கு அந்தப் பாடல்

காட்சி ஒரு சிறந்த உதாரணம். மெட்டு மெதுத்தன்மை வாய்ந்தது என்றால் நடிகர் பாலாஜி அதை விடவும் மெதுவானவர். இந்த இரண்டு வேகத்தடைகளையும் தூக்கி எரிந்து விட்டு அந்தக் காட்சியையே குதூகலப்படுத்தி இருப்பார் சிவாஜி.ஒரு நடிகன் ஒரு பாடல் காட்சியை எப்படி ஆளுமைபடுத்த முடியும் என்பதற்கு ஓர் இலக்கணச் சான்றாகத் திகழ்கிறது இந்தப் பாடல் காட்சி.

'ஊதித் தள்ளினார்' என்ற எனது சொற்களுக்கான காட்சி வடிவத்தை இப்போது கண்டீர்கள்.இது ஒரு சிறு பொறி. அவ்வளவுதான்.

இந்தப் பாடல் காட்சியில் ஒரு புதிரையும் நீங்கள் கண்டீர்கள். ஆம்! அது புதிர்தான். வேறு நடிகர்களுக்கு எல்லாம் புரியாத புதிர் அது. அந்த பாடலில் வந்த பாத்திரத்துக்கு ஒரு ஸ்டைலை உருவாக்கி வழங்கி இருப்பார் சிவாஜி கணேசன். பாடலில் மட்டும் அல்லாது அந்தப் படம் முழுக்க அந்த ஸ்டைல் ஊடாடி நின்று அசத்தி இருக்கும்.

உற்பத்தியாகும் ஸ்டைல்

தாம் ஏற்றுக்கொண்ட பாத்திரம் ஒவ்வொன்றிர்க்கும் அதற்கே உரிய புதிய ஸ்டைலை உருவாக்கி அளிப்பது சிவாஜியின் நடிப்புச் சூத்திரத்தின் பிரதான அம்சம்.சித்தரிக்கப்பட்ட பாத்திரத்தின் சுபாவத்துக்கு மேலும் மெருகூட்டுவதாக அந்த ஸ்டைல் அமைந்து சிறப்பூட்டும்.

சிவாஜி தனது உடம்பில் ஸ்டலை உற்பத்தி செய்கிறார்.எதேனும் தனித்த ஸ்டைல் இல்லை என்றால் ஒரு நடிகன் ரசிகனுக்குத் தேவைப்பட மாட்டான். சிவாஜியின் உடல் மொழி வேறாக இருந்த போதும் அவர்

தனக்கே உரிய கற்பனையின் துணைக்கொண்டு கேரக்டரின் சுபாவங்களுக்கேற்ற புதிய ஸ்டைலைத் தனது உடலில் உறுவாக்கிக் காட்டி ரசிகனை பரவசப்படுத்தி விடுகிறார். இல்லாத ஒன்றை உருவாக்குவதுதானே திறமையினும் திறமை. தனது உடம்பில் இல்லாத ஸ்டைலைத் தேவை அறிந்து உருவாக்கித் தரும் திறமையினால்தான் சிவாஜி கணேசன் அனைவரையும் விஞ்சிச் செல்கிறார். எவராலும் வெல்ல முடியாத நிலையை அடைந்து விடுகிறார்.

சிவாஜியின் நடிப்பைப் பற்றிப் பேசும்போதெல்லாம் மிகை நடிப்பு என்ற வாளால் விமர்சக உலகம் அவரைக் கீற ஓடி வருவதை நான் காண்கிறேன்.. நான் அவர்களோடு ஒத்துப் போகிறேன் என்பதை எடுத்த எடுப்பிலேயே ஒத்துக்கொள்கிறேன். அதே நேரத்தில் குற்றம் சாட்டுவதோடு நின்றுவிட்ட, அதற்கான காரணங்களைத் தேடிக் காண விழையாத, அவர்களின் பொறுப்பற்றச் செயலை நான் வன்மையாகக் கண்டிக்கவும் செய்கிறேன்.

சிவாஜியின் மிகை நடிப்புக்கு இரண்டு முதன்மையான காரணங்களை நான் பார்க்கிறேன். ஒன்று, அந்தக் காலத்து பார்வையாளர்களின் புரிந்து கொள்ளும் ஆற்றலைச் சார்ந்தது. இரண்டாவது, சிவாஜியை இயக்கிய அவரது இயக்குநர்களின் திறன் சார்ந்தது.

முதலாவது காரணத்தை நான் இங்கு விரிவாகப் பேசப் போவது இல்லை. அது அனைவரும் அறிந்த பொதுவான ஒன்றே.காலத்தை வெல்வதற்கு மனிதன் இன்னும் கற்கவில்லை என்ற உண்மையில் அதை மூழ்கடித்து விடலாம்.

என்னைப் பொருத்தவரை இரண்டாவது காரணம் மிகவும் முக்கியமானது.

சிவாஜியின் இயக்குநர்கள்

சிவாஜியின் இயக்குநர்கள் பெரும்பாலும் அவரது ரசிகர்களாகவே இருந்தனர். அவர்கள் சிவாஜியை ஓர் ஒப்பற்ற அதிசயமாக பார்த்து வியந்து நின்றவர்கள். அவர்கள் விரிந்து பரந்த சினிமா பார்வைக் கொண்டவர்கள் அல்ல. உலக சினிமா குறித்தோ மேதமை மிக்க உலக நடிகர்களின் கேமிரா செயல்பாடுகள் குறித்தோ எந்த வித ஞானமும் இல்லாதவர்கள். சிவாஜியின் இத்தகைய இயக்குனர்கள் சிவாஜியைக் குறிப்பிட்ட இலக்குக்குள் கட்டுப்படுத்தும் வல்லமை அற்றவர்களாக இருந்தனர். சிவாஜியிடமிருந்து திரண்டு வரும் நடிப்பைத் தேவையான அளவுக்கு மட்டுமே பயன்படுத்திக்கொள்ளும திறனற்று நின்றார்கள் சித்தரிக்கப்பட்ட கேரக்டர்களுக்கு உயிர் கொடுப்பதற்காக புதிய ஸ்டைல்களை உருவாக்கி அளிக்கும் சிவாஜியின் ஆதார ஆற்றலின் வேகத்தைத் தேவை அறிந்து கட்டுபடுத்தும் திறம் அற்றவர்களாக, அசந்து போய் நின்றிருந்த அவர்களை நான் காட்சிதோறும் காட்சிதோரும், ஷாட்தோரும் ஷாட்தோரும் அவதானித்து வந்திருக்கிறேன். சிவாஜியிடம் ஆங்காங்கே தெரியும் மிகை நடிப்புக்கு அவர் மட்டுமே காரணம் அல்ல.

இதே விமர்சகர்கள் “முதல் மரியாதையைப்” பார்த்து கை கட்டி வாய் பொத்தி நிற்பதை எண்ணிப் பாருங்கள்.எங்கே போயிற்று அவர்களது மிகை நடிப்பு எனும் குற்றச் சாட்டு? .விமர்சகர்கள் புறமுதுகிட்டு ஓடிய தருணங்கள் அவை.

சிவாஜி தனது ஆயுள் முழுதுமான சினிமா வரலாற்றில் நூறு சதவிகித சினிமா மொழியில் உருவான எத்தனைப் படங்களில் தோன்றி இருக்கிறார் என நினைக்கிறீர்கள்?. அவருக்கு அத்தகைய வாய்ப்புகள் மிக அரிதாகவே கிடைத்தன.

ஆயினும் அவர் நடித்த அனைத்துப் படங்களிலும் தரமான சினிமா மொழியைக் கையாண்டிருப்பதைக் காணலாம். சினிமா மொழியும் நாடகத்தனங்களும் மாறி மாறி இடம் பெற்றிருக்கும். அவரது இயக்குநர்கள் சினிமா மொழியைக் கையாண்டவர்கள் இல்லை. அவர் மட்டுமே தனி ஒருவராக முயன்றிருக்கிறார்.

கேரக்டரின் உணர்ச்சி வேகத்துக்கு ஏற்றார்போல நடை எப்படி அமைய வேண்டும். பார்வை எப்படி இருக்க வேண்டும் குரல் எந்தத் தொனியில் ஒலிக்க வேண்டும் என்பதைத் தானே தீர்மானித்துக் கொள்கிறார். அந்தக் கேரக்டரின் பிறவிக் குணங்களோடு தனது உடல் மொழியை இயங்க விடுகிறார். இது சிவாஜியின் நடிப்புச் சூத்திரம். சிவாஜியின் கற்பனைத் திறன் அலாதியானது. இணையற்றது. கேரக்டரின் சுபாவத்தை பெருக்குவது குறித்த அவரது கற்பனைத் திறன்தான் சிவாஜியின் ஜீவ ரசம். சிவாஜியைப் பிழிந்து எடுத்தால் அவரிடம் மீதமிருக்கும் சிவாஜித்தனம் என்பது அவரது கற்பனையாகத்தான் இருக்கும்.

அவரது இயக்குநர்கள் அளித்த நாடக வாய்ப்புகளை எல்லாம் பயன்படுத்திக் கொண்டு சிறந்த சினிமாவுக்கான முதல் தர நடிப்பை வெளியிட்டிருப்பதைக் கண்டு நாம் வியந்து போகிறோம். ஒரு முழுமையான சினிமாவில் நடிப்பதற்கு அவர் 1986வரை காத்திருக்க வேண்டி இருந்தது.அந்த வருடத்தில்தான் பாரதிராஜா தனது முதல் மரியாதையை கொடுத்தார். பாரதிராஜாவின் வழக்கமான குறுக்கீடுகள் இதிலும் இருந்தபோதும் சிவாஜியின் ஒப்பிட முடியாத

பங்களிப்பால் முதல்மரியாதை தமிழ்ச் சினிமாவின் மதிப்பு மிக்க பொக்கிஷமாக ஜொலிக்கிறது.

அபிப்பிராய பேதங்கள்

சிவாஜியின் நடிப்பாற்றல் குறித்த எனது வாதம் இன்னும் முற்றுப்பெறவில்லை. சிவாஜியின் விமர்சகர்களை சந்திக்காமல் நான் அரங்கை விட்டு விலகுவதாகவும் இல்லை.

"சிறந்த நடிப்பு என்பது ஒரு அபிப்பிராயம்தானே! மாறுபட்ட அபிப்பிராயங்கள் இங்கு உள்ளனவே" என்ற நண்பர் ஒருவரின் கேள்வியை எதிர்கொள்வதில் எனக்கு எந்தத் தயக்கமும் இல்லை. உண்மையைச் சொன்னால், சிவாஜியை பற்றிப் பேசும் இந்த வாய்ப்பை அளித்ததற்காக நான் அவருக்கு நன்றி சொல்லவேண்டும்.

அபிப்பிராய பேதங்களை வெல்லக்கூடிய, நடிப்பை அளவிடக் கூடிய ஏதேனும் ஒரு துல்லியமான வரையறை நம்மிடம் இருக்கிறதா?

ஒரு வரையறை

சினிமா பார்க்கும் ஒன்றுக்கு மேற்பட்ட ரசிகர்களுக்குள் ஒரு மோதல் ஏற்படுகிறது. ஒரு ரசிகர் அந்த நடிகர் சிறப்பாக நடித்திருக்கிறார் என்று கூறுகிறார். மற்றவரோ அதை கடுமையாக மறுக்கிறார். மிக மோசமான நடிப்பு என்பது ஆவரது வாதம். விமர்சகர்களோ அதை விட மோசம். ஒவ்வொருவரும் ஒவ்வொருவித கண்ணோட்டங்களைக் கொண்டிருக்கிறார்கள். ரசிகர்கள் குழம்பிப் போய் விடுகிறார்கள். குறிப்பிட்ட நடிகனின் அந்த நடிப்பு சிறந்த நடிப்பா என்று தெரிந்து கொள்வதில் ரசிகனுக்கு உண்மையாகவே ஓர் ஆர்வம் பிறந்து விடுகிறது. அதற்கு ஏதேனும் வழி இருக்கிறதா? நிச்சயமாக இருக்கிறது என்பதே எனது பதில்.

படம் பார்த்த ஒருவன் தனக்குத் தானே ஒரு கேள்வியைக் கேட்டு அதற்கான பதிலைப் பெறவேண்டும். "அந்தப் படத்தில் நடித்த அந்த நடிகருக்கு பதிலாக வேறு ஒரு நடிகர் நடித்திருந்தால் எப்படி இருந்திருக்கும்? என்று எண்ணிப் பார்க்க வேண்டும் "வேறொரு நடிகர் நடித்திருந்தால் இன்னும் சிறப்பாக இருந்திருக்கும்" என்ற பதில் வந்தால் குறிப்பிட்ட அந்த நடிகரின் நடிப்பு சரி இல்லை என்றாகிறது. அதற்கு மாறாக, "வாய்ப்பே இல்லை வேறு எந்த நடிகரையும் அந்தக் குறிப்பிட்ட நடிகரின் இடத்தில் நினைத்துப் பார்க்கவே முடியவில்லை". என்று பதில்; வந்தால் அந்த நடிகரின் நடிப்பு ஆகச் சிறந்த நடிப்புதான் என்பது நிரூபிக்கப் படுகிறது.

அஃதாவது, "எவரும் தோன்றக் கூடிய கதாபாத்திரம் ஒன்றில் தோன்றும் நடிகன்,தனது தனித்தன்மையான பாணி யினால் அந்தக் கேரக்டருக்கு வேறு எந்த நடிகரையும் நினைத்துக் கூட பார்க்க முடியாத அளவுக்கு ரசிகனின் மனதில் பாதிப்பை ஏற்படுத்தி இருந்தால் அது சிறந்த நடிப்பு"

இதுதான் சிறந்த நடிப்பை அளவிடுவதற்கான நமது அளவுகோல். வீரபாண்டிய கட்டபொம்மன் பாத்திரத்துக்குச் சிவாஜியைத் தவிர வேறு எவரையேனும் நினைத்துப்பார்க்க முடியுமா? வேறு எந்த நடிகராலும் அட்வகேட் ரஜினிகாந்த் கேரக்டரில் அத்தனை விளைவுகளை ஏற்ப்படுத்திக் காட்ட முடியுமா? வியட்நாம் வீடு படத்தில் பிரிஸ்டீஜ் பத்மநாபன் கேரக்டரை வேறு எவராலும் செய்ய முடியுமா? முதல் மரியாதையில் அவர் நடித்த பாத்திரத்தில் வேறு எந்த நடிகரையும் பொருத்திப்பார்க்க மனம் ஒப்புமா?

இன்னும் எத்தனையோ படங்களில் சிவாஜி கணேசன் ஏற்று நடித்த எத்தனை எத்தனையோ கேரக்டரிகளில் அவருடைய இடத்தை வேறு ஒருவரால் நிரப்பிப் பார்க்க உங்களால் முடியுமா? 'வாய்ப்பே இல்லை', என்றால் அவருடைய நடிப்பு ஆகச் சிறந்ததுதானே! இப்போது இதில் எவருக்கும் ஏதேனும் சந்தேகம் இருக்க முடியுமா?

இத்தனை நிரூபணங்களுக்குப் பின்னரும் சிறந்த நடிப்பு குறித்த மாறுபட்ட கருத்துக்கள்–அபிப்பிராய பேதங்கள்–– இருக்கின்றனவே என்ற குரல்கள் ஒலிப்பதை நான் கேட்கிறேன். ஆம்! இருக்கின்றனதாம். சிவாஜியின் நடிப்பு குறித்த விமர்சனங்கள் இருப்பதைப் பார்க்கவே செய்கிறேன். அவற்றைப் பரிசீலிக்கும் தருணம் இப்போது வந்து விட்டதையும் உணர்கிறேன்!

“அது மோசம்”, “அது சரியில்லை?, “அது மிகை நடிப்பு”, “என்னைப் பொருத்தவரை அது நடிப்பே இல்லை” என்று முழங்குபவர்கள் எவரும் எதனால் “அது மோசம்”, ஏன் “அது சரி இல்லை”, எந்த விதத்தில் “அது மிக நடிப்பு” என்பனவற்றை விளக்குவதே இல்லை. ”என்னைப் பொருத்தவரை அது நடிப்பே இல்லை” என்பவரை நான் புறக்கணித்து விடுகிறேன். ஏனெனில் பொதுவான பார்வையிலேயே அவர் உள்நோக்கம் கொண்டவர்.. எவருக்கும் பதில் சொல்லும் பொறுப்புகள் அற்றவர். மேலும் அஃது அவருடைய தனிப்பட்டக் கருத்தும் கூட. அவருடைய கருத்து மேலோட்டமான நிலையிலேயே அர்த்தமற்றது.

ஆனால், மற்றவர்கள் ஏன் தங்கள் கருத்துக்கு வலு சேர்க்கும் வகையில் தகுந்த ஆதாரங்களைக் கொடுக்க முன் வருவதில்லை? இந்த கேள்வி கொடுக்கும் சந்தேகத்தின் பலனை பாதிக்கப்பட்டவருக்கு சாதகமாக திருப்பும் இந்திய பீனல் கோர்டின் யுக்தியை நான் இங்கே பயன் படுத்தப் போவது இல்லை. மாறாக, எதிர்கொள்ளவே விழைகிறேன். இந்திய சமூகத்தில் நிலவும் ஒரு குறிப்பிட்ட சமூக மன நிலையோடு ஒப்பீட்டுப் பார்த்து நிலைமையின் உண்மை தன்மையை விளக்கப்போகிறேன்.

சிவாஜி கனேசனின் நடிப்புக்கு எதிராக வைக்கப்படும் விமர்சனங்களை நான் இந்தியாவில் பகுத்தறிவு கோட்பாட்டுக்கு எதிராக முழங்கும் வாதப் பிரதி வாதங்களோடு பொருத்திப் பார்க்கிறேன்.

உலகத்துப் பொருள்களை அனைத்தையும் ஒரு சேரப் பார்த்து அவற்றை ஒன்றோடொன்று ஒப்பிட்டு,அவற்றிற்கு இடையேயான வேறுபாடுகளை ஆராய்ந்து பொருள்களின் தன்மைகளை வரையறை செய்து மனித வாழ்க்கைக்கு எவ்வாறு அவற்றைப் பயன்படுத்திக்கொள்வது என்ற சிந்தனைப் போக்கிற்கு பகுத்தறிவு என்று பெயர்.

வலி, பசி, தாகம்

மனிதன் இந்தப் பூமியில் உயிர்பெற்று எழாமல் இருந்திருந்தாலும் இந்த உலகில் உள்ள அனைத்துப் பொருள்களும் அப்படியேதான் இருந்திருக்கும். ஆனால் அவற்றைப் புரிந்துகொண்டு வகைபடுத்தி ஒவ்வொன்றுக்கும் பெயரிட்டு அழைக்க மனிதன் வேண்டும். மனிதனின்

வலி,பசி,தாகம் என்ற மூன்று உயிர்த் தேவைகளை நிறைவேற்றிக் கொள்வதை அடிப்படையாகக் கொண்டே பகுத்தறிவுக் கோட்பாடு அமைகிறது.

உலகில் பிறந்த ஒவ்வொரு உயிருக்கும் வாழ உரிமை உள்ளது. காற்று, நீர், நிலம், நெருப்பு, ஆகாயம் என இயற்கை வளங்களை அனைத்து உயிர்களுக்கும் பகிர்ந்தளிக்கும் ஓர் உயரிய ஏற்பாடே பகுத்தறிவு ஆகும்.அனைவரையும் சமமாகப் பார்ப்பது, வாழ்க்கைக்கான வாய்ப்புகளையும் வளங்களையும் சரிசமமாக பங்கிட்டு கொடுப்பது இதன் நோக்கம்.

இந்தப் பகுத்தறிவு கோட்பாடுதான் இன்றைக்கு அறிவியல், சட்டம், தத்துவம், போன்ற பல்வேறு துறைகளாக பரிணமிக்கின்றன. அறிவியலும் சட்டமும் தத்துவமும்தான் மனித வாழ்வைக் கட்டுப்படுத்துகின்றன. இவற்றின் அடிப்படையில்தான் சமூகத்தின் வாழ்க்கைப் போக்கு நடைமுறையில் இயங்குகிறது ஆனால் மனித வாழ்வில் இவை மட்டுமே இல்லை. இவை மூன்றையும் பெரும் நெருக்கடிக்கும் இக்கட்டுக்குள்ளும் ஆழ்த்தி விடும் வேறொன்றும் இருக்கின்றது. அதுதான் ஆன்மீக சிந்தனைப் போக்கு.

அறிவியல் சிந்தனை கடவுளர் கொள்கையை ஏற்றுக் கொள்வதில்லை. சட்டமோ கடவுளர் கொள்கைக்கு முற்றிலும் எதிரானது. தத்துவம் கடவுள் கொள்கையை மனித வாழக்கை–யிலிருந்து அப்புறப் படுத்த ஓயாது ஒழியாது முயன்று வருகிறது. ஆனாலும் கடவுளர் கொள்கை இவை மூன்றுக்கும் எப்போதும் அச்சுறுத்தும் சவாலாகவே இருந்து வருகிறது.

நிரூபிக்கப்பட்ட உண்மை

பகுத்தறிவு ஒரு நிரூபிக்கப்பட்ட தத்துவம். அதுவே ஒப்பற்றதும் நிரந்தரமானதும் ஆகும். ஆனால் இங்கே பகுத்தறிவுக்கு எதிரானவர்கள் இருக்கவில்லையா? ஆன்மீகம் என்பது வேறென்ன? பகுத்தறிவுக்கு எதிராகப் பேசுபவர் களின் நோக்கம் என்ன? ஒட்டு மொத்த மக்களுக்குமான கோட்பாடு என்ற அளவில் சமூக நீதி என்பதன் மறு பெயர்தானே பகுத்தறிவு! ஆன்மீகம் பேசுபவர்கள் இந்தச் சமூகநீதிக்கு எதிரானவர்கள் இல்லையா? உண்மையைச் சொன்னால் ஆன்மீகவாதிகளும் அப்பட்டமான பகுத்தறிவு கோட்பாட்டின்படி வாழ்க்கையை அணுகுபவர்கள்தாம். ஆயினும் சில குழுக்களின் நன்மைக்காகவும், குறிப்பிட்ட சில கும்பல்களின் தனிப்பட்ட ஆதாயங்களுக்காகவுமே அவர்கள் கடவுள் கொள்கையை விடாப்பிடியாக கடை பிடிக்கிறார்கள் என்பது வெளிப்படையான உண்மை.

கடவுளர் கொள்கை என்பது அடிப்படையில் சமூக நீதிக்கு எவ்வாறு எதிரானது என்பதை இங்கே விளக்குவது அவசியமாகிறது.

அரசு அலுவலகம் ஒன்றில் ஒரு பணிக்கு காலி இடம் உருவாகிறது. பத்து இடங்களுக்கான தேர்வுக்கு நூறு விண்ணப்பங்கள் வந்து சேர்கின்றன. அந்த நூறு பேர்களுக்குள் பத்துப் பேரை மட்டும் தேர்வு செய்ய வேண்டியது தேர்வுக் குழுவின் கடமை. அந்தத் தேர்வுகளை நியாயமாக செய்ய கல்வித் தகுதி,வயதுச் சான்றிதழ்,உடற்தகுதி, சாதிச் சான்று,குடும்பத்தின் வருமான நிலைமைக்கான சான்று, குடும்பத்தில் அரசு வேலைக்கான முதல் நபர் சான்று போன்ற பல்வேறு சான்றுகளைப் பரிசீலித்தே தேர்ந்தெடுக்கப் படுவார்கள்.

இது இவ்வாறு இருக்க ஒரு விண்ணப்பதாரரின் குடும்பம் அவருக்கு அந்த வேலை கிடைத்தே ஆகவேண்டும் என்பதற்காக கடவுளிடம் முறையிட்டு வேண்டிக் கொள்கிறது. மொட்டை அடிப்பது,காவடி எடுப்பது,பெரும் பொருள் செலவு செய்து கடவுளுக்கு பூஜைகள் செய்வது போன்ற நடவடிக்கைகளில் இறங்குகிறது. இந்த வழியில் இன்னும் கொஞ்சம் முன்னேறி, தேர்வுக் குழுவில் இருக்கும் சிலருக்குப் பணத்தை லஞ் சமாகக் கொடுக்கும் அளவுக்குச் சென்றுவிடுகிறது. ஆன்மீக தலைவர்களாக தங்களைப் பெருமையுடன் காட்டிக் கொள்ளும் பலரின் ஆன்மீகப் பணியே இத்தகைய புரோக்கர் வேலையாகத்தானே இருக்கிறது! கடவுளை ஒரு தனி நபரின் சுய நலத்துக்காகப் பயன்படுத்த நினைப்பது சமூக நீதிக்கு எதிரானது. ஜன நாயகத்துக்கு விரோதமானது. ஆனால், அது அப்பட்டமாக எந்த மன உருத்தலும் இன்றி வெளிப்படையாக நடக்கிறது.

இந்தச் செயல் தேர்வுக் குழுவினரைச் சமூக நீதிக்கு எதிராக செயல்பட வைக்கும் அபாயகரமான யுக்தி அல்லவா? தேர்வு முறை முற்றிலும் அதற்கே உரிய சட்ட நடைமுறையைச் சார்ந்தது என்றால் அதற்கு எதிரான ஆன்மீகவாதியின் செயல் சமூக நீதிக்கு எதிரானது அல்லவா? தேர்வுக் குழுவினரின் நேர்மையிலும் விண்ணப்பதாரரின் தகுதியிலும் நம்பிக்கை வைப்பதற்கு மாறாக கடவுளுக்கு லஞ்சம் கொடுத்தும் தேர்வுக் குழுவினரைக் குறுக்கு வழியில் சந்தித்தும் வாய்ப்பினைப் பெற முயல்வதற்கு வேறு என்ன பெயர்? இதன் மூலம் கடவுள் கோட்பாடு எவ்வாறு சமூக நீதிக்கு எதிரானது என்பது சந்தேகத்துக்கு இடமில்லாமல் நிரூபிக்கப்படுகிறது.

கடவுளர்க் கோட்பாடு சிறந்ததுதான்

‘‘கடவுள் கோட்பாடு சிறந்ததுதான். அதைக் கடைபிடிப்பவர்களின் தவறுக்குக் கோட்பாட்டைக் குறை சொல்வது சரியல்ல’’ என்று வாதிக்கப்படலாம். அதற்கு என்னுடைய பதில் இதுதான்.கோட்பாடுகள் எத்தகைய உயர்வானதாக இருந்தபோதும் அது பயன்பாட்டு வெளியில் ஏற்படுத்தும் விளைவுகளின் தரத்தை வைத்தே முடிவு செய்யப்படுகிறது. கெடு வாய்ப்பாக, கடவுளர்க் கொள்கையின் விளைவுகள் படு மோசமானதாகவும் பயனற்றதாகவுமே இருந்து வந்திருக்கிறது. பகுத்தறிவு அறிவியல், அறவியல், சட்டம், தத்துவம் என மக்களை வழி நடத்தும் அரண்களாக பரிணமித்து நிற்கும்போது, கடவுளர் கொள்கை ஏராளமான சாமிகள், பிரிந்து கிடக்கும் சாதிகள் தங்களுக்குள் போரிட்டுக்கொள்ளும் மதங்கள் என்று மனித சமூகத்தின் வளர்ச்சிக்கு அறை கூவால் விடுக்கும் தீய சக்திகளாக விரிந்து பரந்து கிடக்கிறதே!

இருந்தபோதும், சமூகநீதிக்கு எதிரான இவர்கள்தான் ஆன்மீகம் என்ற பெயரில் பகுத்தறிவுக்கு எதிராகப் பேசுகிறார்கள். பகுத்தறிவுக்கு எதிராக கொடி பிடிக்கிறார்கள். பகுத்தறிவுக் கோட்பாடை அழித்து விட நினைக்கிறார்கள். தங்களது சுய லாபத்துக்காக கடவுளைத் துணைக்கு அழைத்துகொள்ளும் இந்தச் சக்திதான் பகுத்தறிவுக்கு எதிராக அணி திரளுகிறது. பகுத்தறிவாளர்களுக்கு எதிராக படை நடத்துகிறது. அவர்கள் மீது காரி உமிழ்கிறது.

எத்தகைய நிரூபிக்கப்பட்ட உண்மைக்கு எதிராகவும் மனித

கருத்துக்கள் பிறந்து வரவே செய்யும் என்பதுதான் இதன் மூலம் நாம் அறிய வரும் உண்மை.

பகுத்தறிவுக் கோட்பாட்டின் மீதான இந்தத் தாக்குதலைப் போன்றதுதான் சிவாஜியின் நடிப்பின் மீது வைக்கப்படும் விமர்சனங்களும் என்பதே எனது தீர்ப்பு. அவை அர்த்த மற்றவை. உள் நோக்கம் உடையவை. இத்தகைய விமர் சனங்கள் காலம் தோறும் இருந்து கொண்டே இருக்கும். இத்தகைய அர்த்தமற்ற விமர்சனகளைச் சிவாஜியின் நடிப்புச் சாதனையின் ஒரு தவிர்க்க முடியாத அங்கமாகவே பார்க்கிறேன்.

போலி விமர்சக மனம்

இந்தப் போலி விமர்சக மனம் எங்கும் வியாபித்திருக்கிறது. எல்லா துறைகளையும் பிடித்திருக்கிறது. தறி கெட்டு அலை யும் இந்தப் போலி விமர்சக மனம் நாட்டின் அமைப்புகளை நிலை குலையச் செய்து வருகிறது. இந்த நாட்டில் தேசியவாதி என்று எவரும் இருக்கமுடியாது என்று வாதிக்கிறது. மக்கள் நலன் கொண்ட ஓர் அரசியல் தலைவர் இல்லவே இல்லை என்று பிடிவாதம் செய்கிறது. பாலியல் அத்து மீறாத ஒரு உத்தமப் பெண் இருக்கவே முடியாது என்று மூர்க்க வாதம் செய்கிறது. ஒரு நேர்மையான, லஞ்சம் வாங்காத அரசு அதிகாரி எவரும் நம்மிடையே இல்லவே இல்லை என்று சாதிக்கிறது. உள் நோக்கம் இல்லாத ஒரு சமூக ஆர்வலரைக் காண முடியாது என்று கேலி செய்கிறது. பொது இடங்களில் மரியாதை நிமித்தங்களோடு நடந்துகொள்ள முயலும் ஒரு தனி நபர் மீது உள்நோக்கம் கற்பிக்கிறது. அவசியமான பொழுதுகளில் கூட தானே முன் வந்து உதவி செய்யும் ஒருவர் மீது காரணம் கற்பித்து திசை திருப்புகிறது.

இந்தச் சமூகத்தில் தூய்மை, புனிதம், எதிர்பார்ப்புகள் அற்ற மனிதாபிமான உணர்வுகளுக்கு எல்லாம் இடமே கிடையாது என்று தீர்மானமாக முழங்குகிறது. எவனும் நேர்மையானவன் இல்லை என்று வசை பாடுகிறது. எல்லோரும் அய்யோக்கியர்கள் என்பதை எதிர் வாதங்கள் இன்றி ஏற்க முன் வருகிறது.

இந்தப் போலி விமர்சக மனம் நாட்டின் ஒழுங்கமைப்புகளின் மீது பலத்த சிதைவுகளை உண்டாக்கி விட்டிருக்கிறது. சமூக ஒழுங்கைச் சீர்குலைத்து விட்டது. பொது சமூக அமைதி இன்மையை நிலை நாட்டி விட்டிருக்கிறது. ஆங்காங்கு சட்ட ஒழுங்குகள் மீதான உடைப்புகளைத் தொடுத்து வருகிறது. நாட்டின், சமூகத்தின் உள்கட்டுமானங்களைச் சீர் குலைத்து விட்டது.

இளைய தலைமுறை சிதைவுரல்

நல்லவர்கள் என்ற ஓர் இனம் இருக்கவே முடியாது என்று அது நம்புவதால் நல்லவர்களும் நாட்டின் நல் குடிமகன்களும்

அவமதிக்கப்படுகிறார்கள். ஒழுக்கச் சீலர்கள் புண்படுத்தப் படுகிறார்கள். நல்ல எண்ணமும் பொது அக்கறையும் கொண்ட எளிய இந்திய குடும்ப அமைப்புகளினால் வளர்த்தெடுக்கப்படுகிற நேர்மையும், உண்மையும், நேரிய பார்வையும் செயலூக்கமும் உடைய நாட்டின் இளைய தலை முறை பலத்த அவமானங்களுக்கும் மனச் சிதைவுகளுக்கும் உள்ளாகி வருகிறது. இதனால் நாட்டின் நன்னோக்கு மனித வளம் சிதறடிக்கப்பட்டு தனிமைபடுத்தபடுகின்ற நிலையில், தீயவர்களோ ஒன்று பட்டு தகர்க்க முடியாத பெரும் சக்தியாக எழுந்து நின்று பொது அமைதிக்கு பங்கம் விளைவிப்பதோடு நாட்டின் வளர்ச்சிக்கும் குறுக்கே நிற்கிறது.

கருத்துச் சுதந்திரம் கட்டுப்பாடுகள் இன்றி பயன்படுத்தப் படுவதால் ஜனநாயகப் பண்பின் மீது பெரும் ஏமாற்றமும் அதிருப்தியும் ஓங்கி வருகிறது. சமூகவியல் சிந்தனையாளர்கள் கூட ஜனாநாயக அமைப்பு முறையை சந்தேகக் கண்களுடன் பார்க்கும் சூழல் உருவாகி உள்ளது.

சமூகத்தின் அனைத்துக் கட்டுமானங்களையும் தங்களது சந்தேகம் எனும் ஆயுதத்தால் அடித்து தளர்த்தி தரை மட்டமாக்கி விடுகிறார்கள். எள் அளவுக்குக் கூட நம்பிக்கை எனும் ஒளியை அவர்களிடம் காண முடியவில்லை. எவரிடமும் அவர்களுக்கு நம்பிக்கை இருப்பதில்லை.

சுய லாப-நட்டம் என்ற நோக்கில் எல்லாவற்றையும் அணுகும் இந்தப் போலி விமர்சக மனம்தான் சிவாஜி போன்ற ஒப்பற்ற கலைஞனை காயப்படுத்துகிறது. லாப நட்டம் என்ற அளவு கோளை வைத்து நாட்டின் எல்லா நிகழ்வுகளையும் அளவிட முடியாது என்பதை அது நம்ப மறுக்கிறது.

பொருளாதார வல்லுநர்களின் அடிப்படைத் தேவைகள் பற்றிய அறிக்கை ஒரு தனி நபர் என்ற அளவில் மட்டுமே பொருந்தக்கூடியவை என்பதைப் பலர் மறந்து விடுகின்றனர். உணவு, உடை, இடம் இவையே மனிதனின் அடிப்படைத் தேவைகள் என்று அவர்கள் வரையறுக்கின்றனர். மனிதனை ஒரு தனிநபராக பார்த்தால் இவை போதுமானவையே. அப்போதுகூட உடை அவனுக்கு அவசியமற்ற ஒன்று. உணவும்

இடமுமே ஒரு தனி மனிதன் உயிர் வாழ போது மானவை. ஒரு தனிமனிதன் சமூகமாகும்போது அவனது தேவைகள் பெருகிவிடுகின்றன. அப்போதுதான் ஆடையின் தேவை பிறக்கிறது. ஒருவரோடு ஒருவர் கொள்ளும் தொடர்புகள் சில விதிகளை அவன் மீது சுமத்துகிறது.அவனது அடிப்படைத் தேவைகளையும் தேடிப் பெறுவதில் ஓர் இணக்கமான போக்கை கடை பிடிக்க வேண்டிய அவசியத்தைச் சமூக வாழ்க்கை அவனுக்கு உண்டாக்குகிறது.

முதல் அடி

மற்றவருக்குபாதகமில்லாமல், பிறருடையதேவைகளுக்கும் மதிப்பளித்து அவர்களின் உணவுத் தேடல்களுக்கு இடையூறு நேராமல் தன்னுடைய தேவைகளைப் பூர்த்தி செய்யவேண்டிய பொருப்பை ஒரு சமூக மனிதன் உணருகிறான். இனவிருத் தியில் இந்த போக்கு கடைப்பிடிக்கப்பட விழைந்த போது ஒரு மாபெரும் மனித ஒழுங்குக்கு அது வகை செய்கிறது. ஒவ்வொரு ஆணுக்கும் ஒரு பெண்ணையும் ஒவ்வொரு பெண்ணுக்கும் ஒரு ஆணையும் பகிர்ந்து கொள்ளும் அந்த ஒழுங்குதான் சமூக அமைப்பில் நிகழ்ந்த மகத்துவம் நிறைந்த முதல் நாகரீக ஏற்பாடு. அதுதான் நாகரீக சமூகத்தை நோக்கி மனிதன் எடுத்து வைத்த முதல் அடி.

ஆண் பெண் உறவுகளில் ஏற்பட்ட இந்த ஒழுக்கம் மனிதனுக்கு மானம், மரியாதை, கௌரவம், அந்தஸ்து போன்ற உணர்வுகளைக் கொடுத்து மன நிறைவு என்ற அளவிலும் அவனது தேவைகள் அமைந்தன. இந்த மன நிறைவு என்பதுதான் மனித சமூகத்தின் கலை வாழ்வை சாத்தியப்படுத்துகிறது.

பிழைப்பதற்கும் வாழ்வதற்கும் இடையே பலத்த வேறுபாடு இருக்கிறது. விலங்குகள் பிழைக்கின்றன.மனிதன் வாழ்கிறான். விலங்குகளைப் போல பிழைப்பு நடத்தும் மனிதர்களும் உண்டு. விலங்குகளின் செயல்பாட்டை மனிதனின் பார்வையில் வரையறுத்தால், உயிர்வாழும் பொருட்டு உணவு தேடும் அதன் இடை விடாத முயற்ச்சிக்கு விலங்கின் வாழ்வு ஆகிறது.

தன் வாழ் நாள் முழுதும் உணவுக்காகவும் அடிப்படைத் தேவைகளுக்காகவும் போராடும் ஒரு மனிதனது வாழ்வு விலங்கின் பிழைப்பைவிட மேலானதாக ஆகிவிடுவது இல்லை. மனித மனம் ஒரு பிழைப்பு வாழ்வோடு நிறைவடைந்து விடுவதில்லை. மனிதன் தனது பிழைப்புப் பொழுதுகளை ஒரு கலை வாழ்க்கையாக மாற்றிக்காட்ட முயல்கிறான்.

மனித வாழ்வின் தேவைகளாக வலி,பசி,தாகம், என இவைகள் மட்டுமே இருந்து விடுவதில்லை.இவைகளுக்கும் மேலாக மன நிறைவு என்ற ஒரு வேட்கை இருக்கிறது. விலங்கு வாழ்க்கை தோன்றிய இடத்திலேயே தேங்கிக் கிடக்கும்போது மனிதன் அளப்பறிய சாதனைகளை நிகழ்த்த முடிந்தது அவனது இந்த மன நிறைவுக்காக நடத்திய பெரும் போராட்டத்தினால்தான். மனிதன் தனது எண்ணத்தால் வாழ்வதையே பெரிதும் விரும்புகிறான். அவனுக்கு அவனது முன்னோர்களின் அனுபவம் பெரும் உந்து சக்தியாக திகழ்கிறது.முன்னோர்களின் அனுபவங்களிலிருந்து மேலும் பீரிட்டு எழும் அவனது சொந்த அனுபவத்தின் விளைவான புதிய சிந்தனைகளை வாழ்வில் பயன்படுத்தி வாழ முற்படுகிறான்.

கலை என்றால் என்ன?

மனிதன் தனது தனித் திறனால் விளையும் படைப்பின் தன்மையை ஒரு நிலையிலிருந்து அதனினும் மேம்பட்ட அடுத்த நிலைக்கு எடுத்துச் செல்லும் வழிமுறையின் அழகியலுக்குக் கலை என்று பெயர்.

சுருக்கமாகச் சொன்னால் பின்பற்றத் தக்க வாழ்வியல் அழகியலைத்தான் நாம் கலை வாழ்க்கை என்கிறோம். உணவு, உடை, வசிப்பிடம், குழந்தை வளர்ப்பு, மனிதர்களுக்கு இடையே தொடர்புகொள்ளும் பாங்கு, கல்வி, விளையாட்டு, இடம்பெயர்தல், விஞ்ஞானம், அறவியல் கோட்பாடுகள் என வாழ்வின் அத்தனை தளங்களிலும் தனது சொந்த ,புதிய சிந்தனைகளையும் கற்பனைகளையும் புகுத்தி மன நிறைவளிக்கும் முன்னினும் மேம்பட்ட வாழ்க்கையை நடத்துவதுதான் கலை வாழ்க்கை ஆகிறது.

எந்த மாதிரி பெண்ணை/ஆணை அடைய வேண்டும். அவளோடு/அவனோடு எப்படிக் கூட வேண்டும், கூடும் இடம் எப்படி எல்லாம் இருக்க வேண்டும், எத்தனை பிள்ளைகள் பெற வேண்டும், அந்த பிள்ளைகளை எப்படி எல்லாம் வளர்த்து எடுக்க வேண்டும், எந்த மாதிரி உணவுகளை பிள்ளைகளுக்காக தேடிக் கொடுக்க வேண்டும், பிள்ளைகளுக்கு எந்த வகையான கல்வியை, எந்த மாதிரியான சூழலில் வழங்க வேண்டும், பிள்ளைகளுக்காக எந்த மாதிரி வடிவத்தில், எந்த மாதிரியான வசதிகளுடன் தங்கும் அறைகளை அமைத்துத் தர வேண்டும், இப்படி எண்ணி எண்ணி வாழ்வதுதான் கலை வாழ்க்கை.

இப்படிதான் மனிதன் தனது தனித் திறன்களையும் அதனால் விளைந்த அழகியலையும் மேலும் மேலும் அடுத்தடுத்த

நிலைக்குச் செப்பனிட்டபடியே எடுத்து வந்திருக்கிறான். தனது கற்பனையை உண்மையாக்கும் அவனது தனித்திறன்களால் அடையும் உயர்வையே அவன் மனம் விரும்புகிறது.இதற்காக அவன் என்ன விலை கொடுக்கவும் தயங்கு வதில்லை. பொருளாதார கண்ணோட்டம் என்பது ஒரு சராசரியான பிழைப்புவாத வாழ்க்கை முறை. ஆனால் கலை வாழ்க்கைதான் அவனை சாதனைகளை நோக்கி உந்தித் தள்ளுகிறது.எல்லாவற்றிலும் முதன்மை. எல்லாவற்றிலும் வெற்றி. எல்லாவற்றிலும் புதிய முயற்சி என அவனது பயணம் முடிவிலியாகத் தொடர்கிறது.

ஒலிம்பிக்கில் நமது வீரர்கள் வெற்றி பெறாதபோது நமது மனம் ஏன் கலக்கமடைகிறது. சர்வதேசவிளையாட்டுகளுக்கு நாம் நமது வீரர்களை அனுப்ப முடியாத சூழல் ஏற்படும்போது நாம் ஏன் கூனிக் குறுகிப் போகிறோம்!.

அறிவியல் கண்டுபிடிப் புகளை நமது நாட்டு விஞ்ஞானிகள் ஒருவர் கூட நிகழ்த்தவில்லை என்று அறியும்போது நாம் எப்படிச் சர்வதேச அரங்கில் தலை குனிந்து நிற்கவேண்டி உள்ளது?

உலகம் போற்றும் ஓர் உன்னத சாதனையாளரைக் கூட நமது சமூகம் உற்பத்தி செய்ய முடியாத நிலைமை குறித்து நாம் வெட்கப்படுவது இல்லையா?

தவிக்கிறது

சாதனையாளர்கள், வெற்றியாளர்கள், கண்டுபிடிப்பாளர்கள், தத்துவ மேதைகள் எல்லாம் நம்மிடையே இல்லையே என்று நாம் ஏங்குகிறோமே அது ஏன்? உலக சமூகத்துக்கு நிகராக நாம் தலை நிமிர்ந்து நிற்க வேண்டும் என்ற நமது வேட்கைதானே? அந்த வேட்கை பொருளாதார லாப நட்டங்களுக்குள் அடங்குமா? பெரும் பணத்தால் அந்தத் தாகத்தை தீர்த்து வைக்க முடியுமா?

மனிதன் தனது தனித்திறன்களை வெளிப்படுத்தி வாழும் கலை வாழ்க்கைக்காக ஏங்குகிறான். ஓவியம், நாடகம், சினிமா, விளையாட்டு, கல்வி, அறிவியல், அரசியல், தனித்திறன் சார்ந்த சாதனைகளைப் புரிய மனித மனம் ஏங்குகித் தவிக்கிறது.

அரசியலில் டாக்டர் அம்பேத்கர், காந்தி, காமராஜர் அண்ணா போன்றவர்கள் அமைந்து உலக அரசியல் அரங்கில் நமது கௌரவத்தை எடுத்துக் காட்டவில்லையா?

"உங்களால் ஒரு அரசியல் சட்டத்தை உருவாக்க முடியுமா" என்று உலக சமுதாயம் இந்தியர்களைப் பார்த்து அறைகூவல் விட்டபோது பண்டித ஜவகர்லால் நேரு, டாக்டர் அம்பேத்கரை உலகத்தின் முன்னால் தூக்கிக் காட்டி, உலக சமுதாயத்தின் மூக்கை உடைக்க வில்லையா? அப்போது நாம் எப்படித் தலை நிமிர்ந்து நின்றோம்!

இந்திய அறிவியல் கழகம் அணு ஆயுதங்களையும் ஏவுகனைகளையும் உருவாக்கி சாதனை படைத்தபோது உலக அரங்கில் நமது கௌரவமும் அந்தஸ்தும் நெஞ்சு நிமிர்த்தி பீடுநடை போடவில்லையா? அந்தச் சாதனையை நிகழ்த்திக்காட்டிய டாக்டர் அப்துல்கலாமை நாம் நமது

நாட்டின் உயர் பதவியில் அமர்த்தி அழகு பார்க்க வில்லையா?

இலக்கிய அரங்கில் உலகத்தின் எந்தச் சமூகத்தாலும் நிறைவு செய்ய முடியாத நிகரற்ற சான்றோர்களான திருவள்ளுவரையும் கம்பனையும் உலகத்தின் முன் நேர்நிறுத்தி நாம் இலக்கிய அந்தஸ்தின் உச்சத்தை அடைய வில்லையா?

கவிதை உலகில் பாரதியால் நாம் பெருமிதங்களை அடைய வில்லையா? இவைகளை எல்லாம் எந்த லாப நட்ட கணக்கால் அடைய முடியும்?

இவர்கள் எல்லாம் நமது நாட்டின்,பாரம்பரியத்தின் விழுமியங்கள் அல்லவா! பண்பாட்டின் ஆன்மாக்கள் அல்லவா! சமூகத்தால் பேணி போற்றப்பட வேண்டியவர்கள் அல்லவா!

பண்பட்ட சமூகத்தன் சூழ்நிலைச் சான்று

இதைப் போன்றதுதான், சினிமா உலகில் சிவாஜி கணேசனின் அதிமேதாவித்தனமும். உலக சினிமா இலக்கிய அரங்கில் நாம் முன்னிறுத்தும் நமது மேதை நடிகர் திலகம் சிவாஜி கணேசன். உலகின் எந்தச் சமூகமும் முன்னிறுத்தும் எத்தனை பெரிய நடிகனையும் வீழ்த்திக் காட்டும் அற்புத ஆற்றல் படைத்தவர் அல்லவா?. கலைதான் மனித இனத்தை பண்படுத்தியது என்றால் நாம் ஒரு பண்பட்ட சமூகம் என்பதற்கான சூழ்நிலைச் சான்றாக நம்மிடையே திகழ்பவர் சிவாஜி கணேசன்.

தொழில்நுட்பம் எல்லாம் கலை கொடுத்தது.மருத்துவச் சாதனைகள்,அணு ஆயுதச் சாதனைகள், அரசியல் சாதனைகள்,போக்குவரத்து, சட்டம், தத்துவம், மின்னியல், போன்ற சமூகத்தின் அத்துனைச் சாதனைகலுக்கும் வித்திட்டது

கலைகான் என்றால் அந்தக் கலையில் ஒப்பற்றவராகத் திகழும் சிவாஜி கணேசன் தமிழர்கள் தங்கள் தலையில் தூக்கி வைத்துக் கொண்டாடத் தக்க ஒரு பொக்கிஷம் அல்லவா?

உலக அளவில் நமது மானத்தைக் கௌரவத்தை உயர்த்திப் பிடிக்க உதவிய ஒரு நிகரற்ற கலைஞன் நமது பண்பாட்டின் உயரிய திலகம் அல்லவா அவர்!

நமது நாட்டில் வரலாற்றுத் துறை, தொல்லியல் துறை ஆவணக் காப்பகங்கள், மியூசி யங்கள் கலாச்சார அமைப்புகள் இவைகள் எல்லாம் ஏன் கட்டிக் காப்பாற்றப் படுகின்றன? இவைகளுக்காக பல்லா யிரம் கோடி ரூபாய்கள் ஆண்டுதோறும் ஏன் செலவிடப் படுகின்றன? அவைகளால் நாட்டுக்கு என்ன பொருளாதார பயன் கிடைக்கிறது? லாப நோக்கம் இல்லாத ஆனால், நாட்டின் மானம், மரியாதை, கௌரவம் போன்றவற்றை நிலை நாட்ட அரசு பல்வேறு நடவடிக்கைகளில் இறங்கி செயலாற்ற வேண்டிய தேவை நிலவுவதையே இவை காட்டுகின்றன.

திருவள்ளுவர், கம்பன், பெரியார், அண்ணா, காமராஜர், காந்தி, டாக்டர். அம்பேத்கர் இவர்களை ஒரு பக்கமும் நடிகர் திலகம் சிவாஜியை மறுபக்கமும் வைத்து அவர்களின் பணியை எடை போட்டுப் பார்க்கலாம்.

திருவள்ளுவரின் ஒரு குறளை எடுத்துக்கொள்வோம்.

எந்நன்றி கொன்றார்க்கும் உய்வுண்டாம் உய்வில்லை
செய்நன்றி கொன்ற மகற்கு

செய்த நன்றியை மறப்பவருக்கு மன்னிப்பே இல்லை

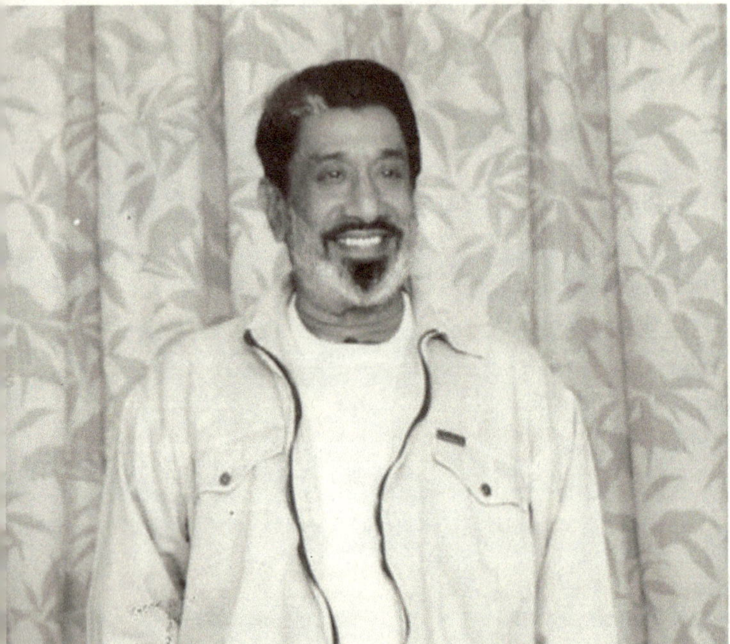

என்கிறார் வள்ளுவர். தலை சிறந்த படிப்பினை என்பதில் இருவேறு கருத்துக்கள் இல்லை. இதே கருத்தை காட்சி வடிவத்தில் ஒரு வாழ்க்கை முறை மூலம் தமிழகத்தின் மூலை முடுக்குகளில் இருக்கும் அனைத்துத் தரப்பு மக்களும் கண்ணீர் சிந்த வாழ்ந்தே காட்டி இருப்பார் சிவாஜி கணேசன், அவரது ராஜபார்ட் ரங்கதுரை என்ற படத்தில்.

அந்த படத்தில் சிவாஜி ஒரு சிறுவனாக தம்பியையும் தங்கையையும் தோளிலும் மார்பிலும் சுமந்தபடி ரயிலில் பிச்சை எடுப்பதில் தொடங்கி அதே தங்கை பின்னாளில் மணமாகி கணவன் வீட்டில் இருந்தபடி சிவாஜியைத் தன்னை பார்க்க வரவேண்டாம் என்று சொல்வதும், படிக்க வைத்து ஆளாக்கிய தம்பி பெரிய செல்வந்தன்னான பின்னே அண்ணனை யார் என்றே தெரியாது என்று சொல்வது வரை திருவள்ளுவர் எழுதிய ஒரு குறளுக்கு, ஒரு காவியத்தையே வடித்துத் தந்திருப்பார் சிவாஜி கணேசன்.

இலக்கியத்தில் சொல்லபடும் உயர் கருத்துக்களைப் பட்டி தொட்டி எல்லாம் எடுத்துச் செல்லும் சினிமாவின் பணி சாதாரண ஒன்றா!

கல்வியில் சிறந்தது அனுபவக் கல்வி என்பார்கள். ஒருவன் தனது வாழ்க்கைப் போக்கில் அனுபவித்துப் பெரும் ஏமாற்றங்களும், கொண்டாட்டங்களும், நன்மையும் தீமையும் அவனுக்குப் பெரும் படிப்பினையாக நின்று வழி நடத்துகின்றன. காட்சி வடிவ சினிமா, அனுபவக் கல்விக்கு நிகரான ஒன்று.ஒரு வகையில் அனுபவம் கற்றுத்தராத பல மறை பொருள்களைக்கூட சினிமா அவனுக்குத் தெள்ளத்தெளிவாகக் கற்றுத் தந்து விடுகிறது.

“யாதும் ஊரே யாவரும் கேளிர்” என்ற இலக்கிய வார்த்தை வடிவத்துக்கு உயிர் கொடுத்த “பாரத விலாஸ்” படம் நமக்கு எத்தனை படிப்பினையை அளித்தது! இன்று சென்னை ஒரு சிறந்த “மெட்ரோபாலிட்டன் சிட்டி”யாக, திகழ்கிறது என்றால் அந்த படத்திலிருந்து அன்று நாம் கற்ற பாடம் அல்லவா!

மனிதனின் நினைவு அடுக்குகள் இரண்டு படிவங்களால்

ஆனது. ஒன்று செய்தி. மற்றொன்று காட்சிப்படிவம். செய்தியும் காட்சியும் ஒன்று சேரும்போதுதான் அது முழுமை பெருகிறது. கம்பன் தனது சித்திர எழுத்துக்களால் ராமாயணத்தை வடித்துத் தந்தான் என்றால் சம்பூர்ண ராமாயனம் என்ற சினிமா கம்பன் காட்டிய அய்யோத்தியையும் ராமனையும் நம் கண்முன்னே காட்சிப்படுத்திக் காட்டிய வித்தையை மறக்க முடியுமா? கம்பனைப் படித்தானோ இல்லையோ தமிழன், ராமாயனத்தைப் பார்த்து மகிழ்ந்தான். ராமாயணம் ஓர் ஒப்பற்ற இலக்கியம் என்றால் அந்த ராமாயாணத்தையும் ராமாயனக் காலத்தையும் கண்முன்னே கொண்டு வந்து நிறுத்தி ரசிகனுக்கு இலக்கிய விருந்து படைத்த சினிமா எத்தகைய ஆற்றல் படைத்தது!

பராசக்தியும் ரத்தக்கண்ணீரும் இன்னும் எத்தனை எத்தனையோ தமிழ்ப் படங்கள் பகுத்தறிவுக் கோட்பாட்டை தூக்கிப் பிடித்து பெரியாரின் சிந்தனைகளை மக்களிடம் பரப்பி அதன் மூலம் ஆட்சி மாற்றத்தையே ஏற்படுத்திக் காட்டி இருக்கிறது தமிழ் சினிமா.

நாட்டு நலப் பண்புகள்

காந்தியின் சுதந்திர போராட்ட தாகத்தை எடுத்து இயம்பும் தமிழ் சினிமாக்கள் எத்தனை எத்தனை! கப்பல் ஓட்டிய தமிழன்,வீரபாண்டிய கட்டபொம்மன், போன்ற படங்கள் தமிழ் மண்ணில் ஏற்படுத்திய விளைவுகளுக்கு இணையான ஒரு சாகசத்தை எந்தத் தமிழ் இலக்கியமோ அல்லது அரசியல்வாதியோ நிகழ்த்தி இருக்கின்றார்களா? திருப்பூர் குமரன்,பகத் சிங்,பாரதி,வ.உ.சி. போன்ற வேடங்களில் வந்து நாட்டுப் பற்று,இனப்பற்று,தேசியப் பற்று என மக்களிடம்

நாட்டு நலப் பண்புகளை எடுத்துச் சென்றதில் சினிமாவுக்கு இணையான வேறு ஒரு துறை இருக்க முடியுமா?

அரசியலில் கல்விப் புரட்சியை நிகழ்த்த காமராஜர் மக்களைச் சோறிட்டு அழைத்தார் என்றால் சினிமா கல்வியின் அவசியத்தையும் வளமான நாகரீக மோகத்தையும் ஊட்டி மக்களை பள்ளிக்கு கொண்டு சேர்த்தது.

டாக்டர் அம்பேத்கர் மனித உரிமை கோட்பாடுகளையும் சட்டங்களையும் செய்து இந்திய சமூகத்தை வடிவமைப்பதில் வெற்றி கண்டார் என்றால் அந்தச் சட்டங்களையும் மனித உரிமைக் கோட்பாடுகளையும் நாட்டின் ஒவ்வொரு குடிமகனின் கவனத்துக்கும் கொண்டு சென்று சேர்த்த பெருமை சினிமாவுக்கே உண்டு.

ஒரு காலத்தில் நாட்டின் சமூக அரசியலில் கோலொச்சிய சமூக சீர்திருத்தவாதிகள் இன்று எங்கே போனார்கள். பெரியார், அண்ணா, கலைஞர், ஜீவா, நீதிபதி ரானடே, மகாத்மா, பூலே, டாக்டர் அம்பேத்கர் போன்ற மாமேதைகள் திகழ்ந்த சீர்திருத்தவாதிகளின் இடம் இன்று காணாமல் போய்விட்டது ஏன்? ஏனெனில் அந்த இடத்தை திரைப்படத்துறை தானே எடுத்துக்கொண்டு சமூகத்தில் மறுமலர்ச்சிக் கருத்துக்களை அயராது முழங்கியும் விவாதித்தும் பரப்பியும் வருவதால்தான். நான் சவால் விடுகிறேன்! சமூக சீர்திருத்தக் கருத்துக்களைப் பேசாத ஒரே ஒரு சினிமாவைக் காட்டுங்கள் பார்க்கலாம்!

சிரிப்பூட்டும் பட்டிமன்ற பேச்சாளர்கள்

ஒரு காலத்தில் மேடை பேச்சுக்கள் மூலம் மக்களிடையே விழிப்புணர்ச்சிகளையும் சமூக சிந்தனைகளையும் ஏற்படுத்தி வந்த மேடை பேச்சாளர்கள் எங்கே? இன்று அவர்கள்

சிரிப்பூட்டும் பட்டிமன்ற பேச்சாளர்களாய் சுருங்கிப் போனது எதனால்? எதனால் என்றால் அவர்களின்ன் பணிகளை எல்லாம் இன்றைக்குச் சினிமா செய்து வருவதால்தான்.

நாட்டின் எந்தத் துறையிலிருந்தும் வரும் எந்தச் சாதனைக்கும் குறைந்தது அல்ல சினிமாத்துறை. சரியாகச் சொன்னால் கல்வி,மருத்துவம், சட்டம், தத்துவம்,சமூக சீர்திருத்தம்,இலக்கியம், அரசியல், உள்துறை போன்ற துறைகளில் எழும் சிந்தனைப் போக்குகளை மக்களிடம் கொண்டுபோய் சேர்க்கும் அரிய பணியை செய்வது சினிமாதான்.

ஓர் இந்தியக் கனவு

நாடு விடுதலைபெற்றபோது ஒன்றுபட்ட இந்தியா என்பது ஒரு கனவாகவே இருந்தது. ஆங்காங்கு பிரிவினைக் கோஷங்கள் எழுந்து அச்சுறுத்தின. ஒவ்வொரு மொழி, இனத்தினரும் தனித் தேசியம் பேசி இந்திய ஒருமைப் பாட்டுக்குப் பெரும் அச்சுறுத்தலையும் அறைகூவலையும் விட்டுக்கொண்டிருந்தபோது சினிமாதான் நாமெல்லாம் இந்தியர்கள் என்று ஓயாது ஒழியாது முழங்கி வந்தது. இந்திய ராணுவத்தால் செய்து முடித்திருக்க முடியாத ஓர் அரும்பெரும் செயலை இந்தியத் திரைப்படங்கள் சாதித்துக் காட்டின. திரைப் படங்கள் மட்டும் தங்களது அரிய பணியைச் செய்திருக்கவில்லை என்றால் இன்றைக்கு இந்தியா ஒரு நாடாக இருந்திருக்குமா என்பது சந்தேகமே! ஆம் இந்திய உருவாக்கத்தில் சினிமாவின் பணி அளப்பறியது. நம் கற்பனைக்கு அப்பாற்பட்டது..

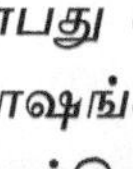

இலக்கியவாதிகள், அரசியல்வாதிகள், விஞ்ஞானிகள், கலைஞர்கள் இவர்களில் மக்களோடு நேரடித் தொடர்புகளில் இருப்பவர் யார்? அரசியல்வாதிகளைப் பற்றிச் சொல்லவே வேண்டாம். அவர்கள் தேர்தல் நிமித்தங்களை முன்னிட்டு மாத்திரமே மக்களைச் சந்திப்பவர்கள். மற்றபடி பெரும்பாலும் மக்களால் அணுக முடியாத இடத்திலேயே எப்போதும் தங்களை வைத்திருப்பவர்கள்.

இலக்கியவாதிகள் மக்களைப் பற்றி கதைகளையும் காவியங்களையும் வடித்தபோதும் முடிந்தவரை மக்களிடமிருந்து வெகு தொலைவிலேயே இருப்பவர்கள். அவர்கள் மக்களைப் பற்றிச் சிந்திக்கிறார்கள். ஆனால் மக்களின் அருகாமையை விரும்புவதில்லை. சில நேரங்களில்தங்களது படைப்புகளுக்காக மக்களுக்குத் தெரியாமலேயே மக்களிடம் பேசுபவர்கள்.

விஞ்ஞானிகளோ மக்களோடு எந்த விதத்திலும் தொடர்புகள் அற்றவர்கள். அவர்களின் குடியிருப்புகள் கூட மக்களிடமிருந்து தடுக்கப்பட்டபகுதியிலேயே பெரும்பாலும் அமைந்து இருக்கின்றன. அவர்கள் மக்களோடு பேச விரும்புவதும் இல்லை. அவர்களோடு பேச எதுவுமே இருப்பதும் இல்லை. பொதுவாக மக்கள் தொடர்புகளே அற்றவர்கள் விஞ்ஞானிகள்.

ஆனால் ஒரு கலைஞனின் நிலை என்ன? ஒரு நடிகன் மக்களைச் சந்திக்காதவன் என்று சொல்ல முடியுமா? ஒரு சினிமா நடிகன் திரையில் தோன்றுகிறவன் என்பதால் அவன் மக்களோடு தொடர்பில் இல்லாதவன் என்று கூற முடியாது. உண்மையில் ஒரு நடிகன் மக்களோடுதான் எப்போதுமே

வாழ்கிறான். வீடுகளும் ஸ்டுடியோக்களும் தனித்து தூரத்தில் இருந்தாலும் நடிகன் எப்போதும் மக்களைப் பார்த்த வண்ணமே இருக்கிறான். அவர்களை நாள்தோறும் கவனித்துக்கொண்டே இருக்கிறான். அவர்களைத் தினம்தோறும் படிக்கிறான். தனது நடிப்புப் பயிற்சியை அவர்களிடமிருந்தே எடுத்துக் கொள்கிறான்.

மக்களின் கொண்டாட்டங்களை, கவலைகளை, துள்ளல்களை, துயரங்களை, மகிழ்ச்சியை, துக்கத்தை என அவர்களின் முக்கியத் தருணங்களை அப்படியே நகல் செய்வது அவனது தொழிலின் முக்கியமான பகுதி. இயக்குநர்கள், நடிகர்களுக்காக சிந்திக்கும் கதாசிரியர்கள், வசனகர்த்தாக்கள் போன்ற படைப்பாளிகள் மாறி வரும் மக்களின் மனோபாவங்களை ஒரு நடிகனுக்கு அவ்வப்போது அறிவித்துக்கொண்டே இருக்கிறார்கள்.

திரையில் தோன்றும் ஒரு நடிகன் மக்களைப் பார்க்கத் தவறலாம் ஆனால் மக்கள் ஒரு நடிகனைப் பார்க்கத் தவறுவதே இல்லை.திரைக்கு வெளியேயும் மக்கள் ஒரு நடிகனை நுணுகி ஆராய்ந்தபடியே இருக்கிறார்கள். ஒரு நடிகனுடைய அந்தரங்க வாழ்க்கையின் அனைத்து அம்சங்களும் மக்களுக்கு அத்துப்படி.தன்னை மகிழ்விக்கும் நடிகனைப் பின் தொடர்ந்து செல்வது மக்களின் சுவாரஷ்யம் வழியும் நடத்தைகளில் ஒன்று.

மக்களின் மனதை நுட்பமாக ஆராயும் பொருட்டு ஒரு நடிகன் அவர்களைத் திரையரங்குகளில் வேவு பார்க்கிறான். வார, மாத இதழ்களில் மக்களோடு பேசுகிறான். தொலைக் காட்சிகளில் மக்களிடம் உரை நிகழ்த்துகிறான்.

எப்படிப் பார்த்தாலும் ஒரு நடிகன் மக்களோடு இணைந்தே வாழ்கிறான். மக்களின் மத்தியிலேயே அவனது கவனம் இருக்கிறது.

மக்களுக்காக மக்களோடு மக்களாகவே வாழ்பவன் மக்களின் கலைஞன்.

நாம் ஏன் ஒருவரை நினைவு கூற வேண்டும்?

அவருக்கு நன்றி சொல்வதற்கும் அவரைப் பின்பற்றுவதற்கும். சூரியனை, அவன் கொடுத்த வாழ்க்கைக்காகவும் இன்னும் கொடுத்துக்கொண்டிருக்கிற வாய்ப்புகளுக்காகவும் நன்றி கூறும் பொருட்டு அவனை நினைவு கூறுகிறோம். சூரியனை நினைவு கூறும்,போது அவனது ஒளியின் மகத்துவத்தை நினைவு கூறுகிறோம். சூரியனை நினைவு கூறும்போது உலக இயக்கத்தில் அவனது முக்கியத்துவத்தை நினைவு கூறுகிறோம்.

சூரியன் மனித வாழ்வின் இயக்கமாக இருக்கிறான். அவனிட,மிருந்தே உயிர்கள் பார்வையைப் பெறுகிறது. காட்சியைப் பெறுகிறது. ஆற்றலைப் பெறுகிறது. வழிக் காணப் பெறுகிறது. மனிதனின் சூரிய வழிபாடானது பூமியில் ஜனித்த அனைத்து உயிரினங்களுக்குமான மாபெரும் வணக்கமாகும்.

சூரிய வணக்கமானது காற்று வழிபாட்டையும் உள்ளடக்கிய ஒன்று சூரிய ஒளியின் ஒரு வேதி வினைப்பாடுதானே காற்று. நீரையும் நிலத்தையும் இந்த வெளியையும் வழிபடுவது நமது பண்பாடு. இந்தப் பண்பாடு இயற்கைச் சார்ந்தது. மனித

வாழ்வை நிருணயிக்கும் இந்த இயற்கைப் பொருள்களைத் தொழுது வணக்கம் செய்வதை ஒத்ததுதான் ஒரு தலைவனை வணங்குவதும்.

சிவாஜியை நாம் ஏன் நினைவு கூற வேண்டும்?

1960–ல் அமெரிக்கா அவரை கௌரவப்படுத்தியது."சிட்டி ஆஃப் மயாரா ஃபால்ஸ்" என்ற தனது நகரம் ஒன்றுக்கு 'ஒரு நாள் மேயர்' என்ற கௌரவத்தை அளித்து சிவாஜியையும் இந்தியாவையும் குறிப்பாக தமிழகத்தையும் பெருமை படுத்தியது அமெரிக்கா.

1991–ல் அதே அமெரிக்கா இரண்டாவது முறையாக சிவாஜியை அவரது நடிப்புக்காக கௌரவப் படுத்திக்கொண்டது. கொலம்பியாவின் குடியுரிமையை அவருக்கு அளித்து பெருமைப் படுத்தியது.

அமெரிக்கா இப்படி நடந்து கொள்ள வேண்டிய அவசியம் என்ன? சிவாஜியைக் கௌரவப்படுத்தியதால் அந்த நாட்டுக்கு என்ன பொருளாதாரப் பயன்?

அமெரிக்கா போன்ற மேற்குலக நாடுகள் கௌரவப் படுத்தும் அளவுக்கு அவர் செய்த சாதனை என்ன? அவர் பள்ளிப்படிப்பைக் கூட அறியாதவர். தனது ஏழு வயதில் வீட்டை விட்டு ஓடி நாடக மேடையை அடைந்தவர். நாடக மேடைதான் சிவாஜி என்ற பட்டத்தை அவருக்கு அளித்தது. நாடகம், சினிமா என்றாலே கெட்ட எரிச்சல் அடையும் ஈ.வெ. ராமசாமி பெரியாரையே தனது நாடக நடிப்பால் மயக்கி அந்த பட்டத்தை பெற்றவர் சிவாஜி கணேசன்.

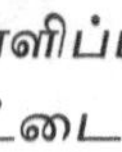

நடிப்புதான் எல்லாமே.நடிப்புதான் அவர் செய்த சாதனை. 'மிருதங்க சக்கரவர்த்தி' யில் வரும் ஒரு பாடலைப் போன்றது அவரது நடிக வாழ்க்கை.

"அழுதால் அழுது
சிரித்தால் சிரித்து
வாழ்ந்திடும் சொந்தங்கள்
நாம் இங்குக் கண்டோம்"

தமிழ் மக்களுக்கும் சிவாஜி கணேசனுக்கும் இடையே உள்ள பந்தம் என்ன என்பதை இந்த பாடல் குறிப்பிடுகிறது. அவர் சிரித்தால் தமிழகம் சிரிக்கும்.அவர் அழுதால் தமிழகம் அழும். இதுதான் சிவாஜி செய்த அரும்பெரும் சாதனை.

பிராண்டோவோடு ஒரு சமர்

மார்லன் பிராண்டோ ஒரு உலக நடிகன் என்பதில் மாற்றுக்கருத்து இல்லை. இப்போதைய எனது ஆறுதல் என்னவெனில் சிவாஜியோடு ஒப்பிட்டு காட்டும் அளவுக்கான நடிகர் ஒருவர் இந்த உலகத்தில் இருக்கிறார் என்பதுதான்.

முதல் மரியாதையில் தன்னோடு எசப்பாட்டு பாடி வந்த அந்தக் குரலுக்கானப் பெண் யார் என்று அறிந்து அப்படியே சிலைபோல அசந்து நின்று பிறகு தனது சுய நினைவுக்கு வந்தவராக அசடு வழிவாரே சிவாஜி கணேசன்!... அந்தச் சில நொடித்துளிகள்...! அதற்கு இணையாக ஏதேனும் ஒரு வெளிப்பாடு பிராண்டோவின் படத்தில் எங்கேனும் கிடைக்குமா என்று தேடித் தேடிப் பார்க்கிறேன். மன்னிக்கவும். கிடைக்கவில்லை.

பார்த்தால் பசி தீரும் படத்தில் சரோஜாதேவியிடம் "பின்ன

என்ன...எனக்கு ஒன்னும் புரியல'' என்று ஒரு ராணுவ வீரன் முதன் முதல் ஒரு காதல் அலையைச் சந்திக்க நேரும்போது திடீரென வரும் வெட்கத்தை சமாளித்தபடி பேசும் அந்த உயரிய நடிப்பு! ப்ப்பா! மன்றோவிடம் எங்குத் தேடியும் கிடைக்கவில்லை!

“நீல வானம்'' படத்தில் ஒரு விருந்தில் குழுமி இருக்கும் பணக்காரார்களிடையே மாட்டிக்கொண்டு அவமானத்தால் கூனிக்குறுகி நிற்பாரே! அதற்கு இணையாண ஒரு உணர்ச்சிக் கொப்பளிக்கும் நடிப்பைத் தேடி நான் மன்றோவிடம் நெடுந்தொலைவு அலைந்திருக்கிறேன். சிவாஜியை வைத்துக்கொண்டு உலக நடிகர்களை எல்லாம் வளைத்து வளைத்து தோற்கடிக்கலாம் என்பது நான் கண்டு தெளிந்த உண்மை!. நடிப்பில் நாம் வல்லரசு என்று நிரூபித்துக்கொண்டே இருக்கலாம் ஏனெனில் நடிப்பில் அவரை விஞ்சப்போகும் ஒரு நடிகனை இனி உலகம் பெறும் என்று என்னால் கற்பனை செய்யகூட முடிய வில்லை.

பிராண்டோ சிறந்த நடிகர்தான். ஆனால் தனது கற்பனை வளத்தால் சிவாஜி மன்றோவைக் கடித்து மென்று துப்பி விடுகிறார். தான் ஏற்றிருக்கும் கேரக்டருக்காக தனது ஒப்பற்ற கற்பனை வளத்தின் துணைகொண்டு அவர் புதிது புதிதாக ஸ்டைல்களை உருவாக்கி அளிப்பதால் சிவாஜி கணேசன் எவரும் வெல்ல முடியாத உயரத்துக்குச் சென்று விடுகிறார்.

பிராண்டோ கேரக்டராக மாறி விடுவதில் வெற்றி காண்கிறார் என்பது உண்மையே. கேரக்டருக்கு உயிரூட்டுவதற்கு அவர் அவரது இயக்குநர்களையே நம்பி இருக்கிறார். பிராண்டோ அவரது கற்பனையை அவருடைய இயக்குநரின் வழிக்காட்டலின் படியே பயன்படுத்துகிறார். சிவாஜியோ இயக்குநரின் சிந்தனை வெளிக்கு அப்பாலும் தனது கற்பனையை பயணிக்கச் செய்து கேரக்டருக்கு ஒரு படைப்புத் தன்மையைக் கொடுத்து விடுகிறார். இதில் சிவாஜி சிறு தவறையும் புரிகிறார் என்பது உண்மையே. ஆனால் நடிப்பின் எல்லையைத் தொட்டுக்காட்டும் தனது அசாத்திய தன்மையால் அவர் மன்றோவைப் புறம்தள்ளி மிக உயர்ந்த நிலையை எட்டி விடுகிறார்.

அந்தப் புகழ்மிக்க வேறுபாடு

வேறுபாடு என்னவெனில், மார்லன் பிராண்டோ ஒரு குறிப்பிட்ட உணர்ச்சிப் பொழுதில் ஒரு கேரக்டர் எப்படி நடந்து கொள்ளும் என்பதைப் பார்வையாளன் முன் வாழ்ந்து காட்டுகிறார். ஆனால் சிவாஜியோ இந்த இடத்தில் புகுந்து விளையாடுகிறார். நின்று அசத்துகிறார். பிராண்டோவை விட சற்று மேலே சென்று, அந்தக் கேரக்டரின் சுபாவங்களை மனதாலும் உடலாலும் அனுபவித்து வாழ்வதன் மூலம் அவரது உடலில் இன்னொரு உயிரை பிரசவித்துக் காட்டுகிறார். தனது உடலில் இன்னொரு மனிதனை உயிர்ப்பிக்கிறார். தனது உருவத்தில் இன் னொரு மனிதனை வாழ விடுகிறார். அந்த மனிதனை பார்வையாளன் தனது வாழ்நாள் முழுதும் தனது மனதில் சுமந்து திரியும்படி அவனுக்குள் செலுத்தி விடுகிறார். இதுதான் பிராண்டோவுக்கும் சிவாஜி கணேசனுக்கு உள்ள அந்த புகழ் மிக்க வேறுபாடு.

சிவாஜியைவிட மார்லன் பிராண்டோ பெரும் நடிகர் என்று நமது விமர்சகர்கள் பேசுவது எதனால் என்றால் பிராண்டோவின் ஆக்ஷன் சீக்வென்ஸ்களை (ACTION SEQUENCE) பார்த்துத்தான். இங்கே சிவாஜி பொதுவாகவே

பலகீனமாக இருக்கிறார் என்பது உண்மையிலும் உண்மை. ஆனால் நமது விமரசகர்களுக்கு நான் சொல்லிக்கொள்வது என்னவென்றால் சினிமா என்றால் என்ன என்பது குறித்து அவர்கள் புரிந்துகொண்டிருப்பதில் பிரச்சினை இருக்கிறது என்பதுதான்

சினிமாவின் ஒப்பற்றத் தன்மை. ஒரு நடிகன் தனக்குள் இன்னொருவனைப் பிரசவித்துக் காட்டுவதன் அழகியலில்தான் இருக்கிறது. அதாவது சிவாஜி தனது உடலில் ரஜினிகாந்த் எனும் இன்னொரு மனிதனைப் பிறப்பிக்கிறார். பிரெஸ்டீஜ் பத்மநாபன் என்னும் புது மனிதனை நம்மிடையே உயிர்ப்பித்து வாழச் செய்கிறார்.

வேறொருவனைத் தனது உடலில் தோன்ற செய்யும் நடிகனின் இந்தப் பிரசவத் தனத்தின் படம்பிடிக்கப்பட்ட அழகியலைத்தான் நாம் சினிமா என்கிறோம். சினிமா என்றால் என்ன என்ற உலக மகா கேள்விக்கு எனது பதில் இதுதான். இதைத்தவிர சினிமா வேறு எதுவுமே அன்று. ஆக்ஷன் வெளிப்பாடு என்பது அப்போதைக்கு புழுதியை பரத்தும் அமளி, அவ்வளவுதான். குணச்சித்திர வெளிப்பாடுகளில்தான் அசல் சினிமாவின் ஆன்மா இருக்கிறது. குணச்சித்திரத்தைப் பிழிந்து எடுத்துத் தனி ஒன்றாக நிறுவி விடுவதில் சிவாஜி நிகரற்றவர்.

சிவாஜி ஒரு பல்கலைக் கழகம்

சிவாஜி கணேசன் நடிப்புக்கு ஒரு பல்கலைக் கழகமாக திகழ்கிறார்.அவர் வாழ்ந்த காலத்திலும் இன்று மறைந்த பின்னும் குளிர் தருவாக நின்று நிழல் தருகிறார். தமிழ்க் கலாசாரத்தின் வேராக இருக்கிறார். உலக அரங்கில்

தமிழ்த் திரைப்பட உலகத்துக்குப் பெரும் மதிப்பையும் மரியாதையையும் பெற்றுத் தந்துகொண்டே இருக்கிறார். நடிப்புக்கு இலக்கணமாக திகழும் சிவாஜி கணேசன் உலகத்துக்கே நடிப்புக் கலைக்கு ஓர் எடுத்துக்காட்டாக திகழ்கிறார்.

காமராஜருக்கு மணி மண்டபம் கட்டி அவரை நினைவு கூறுவது சரி என்றால் நடிகர் திலகம் சிவாஜி கணேசனுக்கு மணி மண்டபம் கட்டுவது இயல்பான ஒன்றே.

திருவள்ளுவருக்குச் சிலை வைத்து வணங்குவதன் மூலம் அவரை நினைவு கூறுவது சரி என்றால் உலகத்துக்கே படிப்பினையாக விளங்கும் சிவாஜி கணேசனுக்கு மணிமண்டபம் அமைத்து அவரை நினைவு கூறுவது ஏற்புடைய ஒன்றே. ஏனெனில் நடிகர் திலகம் சிவாஜியின் காரணமாக நாம் நடிப்பில் உலக வல்லரசாக இருக்கிறோம். இதன் காரணமாக நமது சமூகம் என்றென்றைக்கும் உலக அரங்கில் புகழும் பெருமையும் அடைந்துகொண்டே இருக்கும் என்பதில் சந்தேகமே இல்லை. சிவாஜி நமது பண்பாட்டின் விழுது. பாரம்பரிய கலை சொத்து. அது மக்கள் சொத்து. அந்தச் சொத்தைப் பாதுகாக்க வேண்டியது நமது சமூகக் கடமை.

நடிகர் திலகம் சிவாஜிகணேசனுக்கு மணிமண்டபம் அமைக்க விழையும் தமிழக அரசின் அறிவிப்பு ஒரு வரலாற்று முக்கியத்துவம் வாய்ந்தது என்பதை உணர்ந்து இந்தப் புத்தகம் அதை நன்றியுடன் வரவேற்கிறது. ◉

www.ingramcontent.com/pod-product-compliance
Lightning Source LLC
La Vergne TN
LVHW060419051026
849518LV00007B/2624
9788195050208